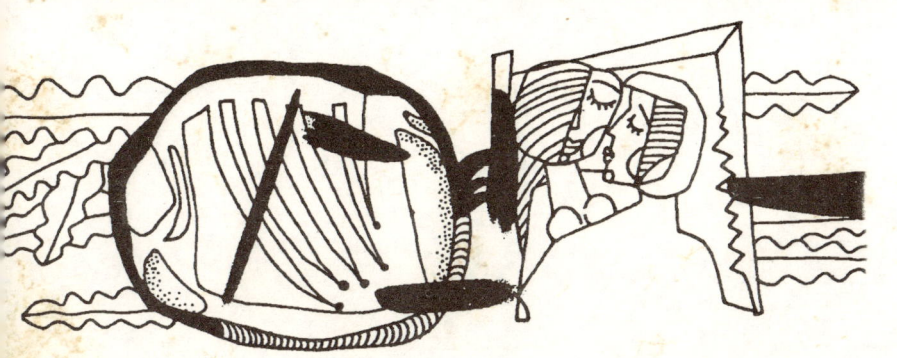

யூமா. வாசுகி

உயிர்த்திருத்தல்

நியூ செஞ்சுரி புக் ஹவுஸ் பிரைவேட் லிமிடெட்
41-பி, சிட்கோ இண்டஸ்டிரியல் எஸ்டேட்
அம்பத்தூர், சென்னை - 98.

உயிர்த்திருத்தல் • யூமா வாசுகி • சிறுகதைகள்
வெளியீடு: நியூ செஞ்சுரி புக் ஹவுஸ் பிரைவேட் லிமிடெட்
முதல் பதிப்பு : டிசம்பர், 1999
என்.சி.பி.எச். முதல் பதிப்பு : டிசம்பர், 2006
ISBN:81-234-1055-7 • Code No. A1482 • **விலை** : **ரூ**.50.00
உரிமை : ஆசிரியருக்கு • ஓவியங்கள் : மாரிமுத்து
ஒளி அச்சுக்கோர்வை : பைன்லைன்
அச்சு : சென்னை ஆர்ட் பிரிண்டர்ஸ், சென்னை-21.

தாயுமான தோழன்
இரா.அறிவுச்செல்வனுக்கு

நன்றி:

இச்சிறுகதைகளை வெளியிட்ட இதழ்களுக்கு
வேட்டை - (இந்தியா டுடே), எச்சம் (இதயம் பேசுகிறது - நவீனச் சிறப்பிதழ்)
காவடியாட்டம் (கணையாழி) மழைக்குறிப்பு - (சுபமங்களா)
வான்நிதி (புதிய பார்வை), சாவித்திரி - (கணையாழி) விபத்து (இந்தியா டுடே)
ஜனனம் (புதிய பார்வை) வனசாட்சி (கணையாழி)

- வசந்தகுமார் • பஷீர் • காசி • ஜெயமோகன் • சி.மோகன்
- அலைகள் சிவம் • வீர.சந்தானம் • விஸ்வம்
- ராஜமார்த்தாண்டன் • எஸ்.சிவகுமார்
- ஆர்.பி.ஆர்.சந்திரசேகரன் • பத்ரி நாராயணன்
- வி.அமலன் ஸ்டேன்லி • ஜீவா இளங்கோவன் • சேஷையாரவி
- சொல்புதிது ஆசிரியர் குழு

- யூமா. வாசுகி

நூற்பொருள் அடக்கம்

உயிர்த்திருத்தல் - 12   வேட்டை - 30   எச்சம் - 41
காவடியாட்டம் - 46   மழைக்குறிப்பு - 52   களவு - 57
மீறல் - 67   வானிதி - 73   சாவித்திரி - 82   விபத்து - 91
ஜனனம் - 96   நாதம் - 109   ரத்த ஒளி - 117   வனசாட்சி - 125

ரத்தத்தின் ஒளி தெறிக்கும் படைப்புகள்

இதயச் சுரங்கத்தினுள், 'உணர்ச்சிகள்' கதாபாத்திரமேற்று நிகழ்த்தும், துன்பவியல் நவீன நாடகம் யூமா. வாசுகியின் எழுத்து. ரத்தத்தின் ஒளி தெறிக்கும் படைப்புகள்.

உயிரின் இடையறாத இயக்கத்தில், காலம் நிகழ்த்தும் உயிர்ப்பிரிவின் ரத்தவலி, ஒவ்வொரு கதைக்குள்ளும் காற்றின் ஊளையாகக் கேட்டுக்கொண்டே இருக்கிறது. இருள், ஒளி, காற்று, ஒலி, சூரியன், நிலா, மரம், பறவை, மண், வீடு, சுவர் என்றனைத்தையும் மனித மனச்செயல்பாட்டுக்கு இழுத்து சாட்சியாக்கும் பரிதவிப்பின் தகிப்பு, கதைகளின் உள்ளே வெளியே என பிரிக்க இயலாதபடி துக்கத்தின் ஊழியாக வீசிக் கொண்டேயிருக்கிறது. ஊழியில் வானமும், பூமியும் கலந்து கனவு நனவுப் பிளவற்று, மனம் என்ற ஒன்று உடலிலும் தங்காது, உயிரிலும் தங்காது, இரண்டிலும் மேலான ஒரு பாதுகாப்பான -

கடவுளின் கருப்பைக்கு ஏங்கிச் சஞ்சரிக்கிறது. நிகழப்போவது தற்கொலையா, கொலையா என்ற யோசனையின் மின்னற்பொழுதில் வாசகனுக்கு 'கொலை' விழுகிறது ஒரு கதையில் (வேட்டை). அருட்பெரும் சோதியில் தனிப்பெரும் கருணையின் ஒளி அணைகிறது. கொலையுண்டவன் மீதான துக்கத்தைவிட, கொலை செய்த கிழவனின் மீதே வருத்தம் கூடுதலாகக் கவிகிறது! இது ஏன்?

'துயரமான நினைவுகளுக்கெதிராக வலிந்துகொண்ட காரியார்த்தச் சிந்தனைகளும், துயரிடமிருந்தே பாஷை கற்றுத் திரும்பின' என்கிறார் சாவித்திரி என்கிற அற்புதமான கதையில். என்ன செய்து, எப்படி வாழ? செயல்பாடுகளினாலும் கடக்கவொண்ணா இழப்பின் துக்கம். படைப்பிலும் மனதின் 'நிகழ்வுகள்'தான்! எட்டுத்திக்கும் மரணவாசல். உயிர் கருகும் தீயவாடை. இதனூடே பயணம். பயணத்தில் விபத்து, இழப்பு, பிரிவு, அவ்வளவுதான். பிறகொன்றுமில்லை. ஒன்றுமேயில்லை. அமானுட நித்யத்திடம் சுயத்தை ஒப்புவித்துவிட்டு, களி நடனத்தில் இணைவது தவிர வேறொன்றுமில்லை! பின் -

கலைஞனின் 'கதைகள்' - வடிகால்கள்? இவரது பல கதைகளில் 'துக்கம்' - ஆதிதுக்கம் - அடிப்படை துக்கம் இப்படித்தான் 'கனவு' வடிகால் மூலம் அல்லது அமானுடமான குரல் - காட்சிப்படிம வடிகால் மூலமாக வெளியேறும் வழியைப் பெற்றுவிடுகிறது. சுயமனத்திற்கு வெளியே, எந்தப் புகாரும் இல்லாது சுய ஆன்மத் தேடலாகவே தொடங்கி நகரும் யூமா.வாசுகியின் குரல் ஒன்றைப் பறவையினுடையது. எல்லாக் கதைகளிலும் ரத்தத்தின் வெதுமையை உணர முடிகிறது. இதனாலேயே, ஆரஞ்சுத் தோட்டம் பற்றி, 'ஆரஞ்சு மிட்டாய்'களைச் சொற்களாக்கிப் பேசாமல், ஆரஞ்சுச் சுளைகளையே சொற்களாக்கிச் சொல்லும் இயற்கையான மொழிநடை வாய்த்திருக்கிறது. சில கதைகளில், சில இடங்களில் 'மொழி'யின் கடினத்தன்மையால் திக்குமுக்காடுகிறது நடை; சமஸ்கிருதச் சொற்களைக் கவ்விக்கொண்டு மூச்சிறைக்கிறது.

மீறல் என்றொரு கதை வித்தியாசமானது. 'அறிவின்' வன்முறையை எள்ளலாக சுய உரையாடலாக்கி, அவரது படைப்புகளுக்கே ஆதார

சுருதியான 'உணர்வுகளின் உயிர்நிலை' அல்லது 'உயிராபிமானத்தை' வெளிப்படுத்துகிறது. 'உணர்வுக்கு' வழிகாட்டும் 'சிந்தனை'யின் பரிதாபத்தை நையாண்டி செய்கிறது. 'சிந்தனையை' வரலாறு என்று கொண்டால், 'உணர்வை' கலை என்று மெய்யியல் தளத்தில் வைத்துக் கொள்ளலாம். உயிர்த்திருத்தல் கதை, உயிரைத் தக்கவைத்துக் கொள்வதற்காக அடிப்படைத் தேவைகளுக்கே போராட வேண்டிய ஒரு கலைஞனின் சுயானுபவச் செழுமையோடு 'ஒரு சாப்ளின் படைப்பாக' உயிரோட்டமான நடையில் வெளிப்படுகிறது.

தன்னைத்தானே ஓவியமாக வரைதலிலுள்ள 'கலாபூர்வமான வேதனையை' ஒத்த, ஒரு நவீன சிறுகதை - ரத்த ஒளி. வயோதிகர் ஒருவர், யாருமற்ற தனிமையான சூழலில் பழம்பொட்டலக் குப்பையான தன் 'உடலை'யும் வெளியே எறியும் முயற்சியில் தன் மரணத்தை தானே பார்க்கும் உணர்வுநிலையை மனதில் வசப்படுத்தியபடி இறந்து போகிறார். 'உயிர் - ரத்தம் - உடல்' என்றும், பிரிவின் பாற்பட்ட ஆதித்துக்கம் என்றும் வாழ்க்கையின் அடிப்படைக் கேள்விகள்

வாசகனை உசுப்புகிறது. 'கதை' அனுபவங்களாக இன்றி, 'கவிதை' அனுபவங்களாகின்றன நிறைய கதைகள்.

யூமா. வாசுகியின் இரண்டு கவிதைத் தொகுதிகள் ஏற்கெனவே வெளியாகியுள்ளன. 1993-ல் உனக்கும் உங்களுக்கும். 97-ல் தோழமை இருள். அரூப உணர்வு நிலைகளுக்கு உயிரேற்றி, 'உடலைப்' படைக்கும் வீரிய வெளிப்பாடுகள் அந்தக் கவிதைகள்.

உதிர்ந்து காய்ந்த / மலர்களின்மீது / ரத்தம்தெளித்து / முகர்ந்து போகின்றான்.

முதல் தொகுப்பில் படைப்பு மொழியின் வீரியம், வெளிப்பாட்டுத் தளத்தில் சற்றே தணிவு. மற்றபடி 'ரத்தத்தின் ஒளி'யாக எரியும் கூறுகளைக்கொண்டவைதான். குட்டிப்பாம்புகள். விஷத்தில் வீரியம் உள்ளவைதான்.

இவரது கவிதைகளும், உயிர்களுக்கிடையேயான உரையாடல் தன்மையில் 'கதையில்லாத' ஏதோ ஒரு 'கதை'யை நம்மிடம் பகிர்ந்துகொள்கின்றன. சிறுகதைகளோ குறியீடுகள், படிமங்களால்

கவிதைகளாகி வெளிப்படுகின்றன. கதை எழுதினால் கவிதையாவதும், கவிதை எழுதினால் கதை ஆவதும் வாசகனுக்கு உயிர்த்துடிப்பான அனுபவம். ஓவியத்தில் வலியின் சீற்றமிகு கோடுகளைத் தீற்றிச் செல்லும் இந்த ஓவியனின் கதைமொழியில், உணர்ச்சியின் முழுத்தீவிரமும் காட்சிப் படிம வரிகளாக இயல்பாகக் கோர்த்துக் கொள்கின்றன. இவர் நாவல் எழுதினாலும் கதை - கவிதை - ஓவியம் என நவீன கலவையின் உயிரோட்ட தொனியில், எதிர்கால நவீன எழுத்தில் வகைப்படுத்தப்படும்.

'பறவைக்கூடுகளின் எளிமையால் நெய்யப்பட்டிருக்கிறது இவரது ஆன்மா.' வாழ்க்கையின் புற அனுபவங்களின் செழுமையான சேர்க்கையும், ரத்தத்தில் பிரபஞ்ச அதிர்வுகள் கூடுதலாகும் போதும் யூமா.வாசுகி பெரும்படைப்புகளைத் தந்துகொண்டேயிருப்பார். அப்போது வேரோடு பிடுங்கி எறியப்பட்ட செடி ஒன்றின் துக்கத்தையும் வாசகன் அனுபவித்துவிட இயலும்.

-பாதசாரி

உயர்த்திருந்தல்

அருமை வாசகரே, இரவு - கம்பிகளைப் பிடித்துக்கொண்டு ஜன்னல் எல்லையில் அறையின் டியூப்லைட் வெளிச்சத்தை முத்தமிடுகிறது. அது இனிமேல் தேர்ந்த குயவனின் விரல்களாகி என்னைச் சமைக்கத் தொடங்கும். அதன் விரல்களின் தொழிற்பாட்டை உணர் கிறேன். எப்பாத்திரமாகப் பூர்த்தியானேன் என்பது கனவில் தெரியும். நான் கவிஞனோ, கதைஞனோ அல்லவே... உங்களைப் போன்ற கூரறிவு படைத்தவர் களிடம் சுவாரஸ்யமாக உரையாடுவதற் கான ரசனாஞானம் வாய்க்கப் பெறாதவன். என் பேச்சின் எளிமையைப் பொறுக்க வேண்டும். நான் மாதத்தின் இருபது நாட்கள் பரம தரித்திரன். முதற்பத்து நாட்கள் உல்லாசி. நான் சித்திரக்காரன் - அவ்வப்போது பத்திரிகைகளில் படம் வரைகிற சுதந்திர ஓவியன். பெரிய ஆசைகளோ தேவைகளோ எதுவுமின்றி ஊரொதுங்கிய ஒரு கட்டிடத்தின் சிற்றறையில் வசிப்பவன். சொற்பமே வருமானம்.

நீங்கள் என்னைக் காண வந்திருக்கிறீர்கள். தரையில் விரிக்கப் பட்டிருக்கிற பாயில் அமர வேண்டாம். இதோ இந்த நாற்காலியில் அமருங்கள். நீங்கள் எளிய உள்ளம் படைத்த பண்பானவர்தான். என்னைச் சந்திக்க நண்பர்கள் வருவார்கள். நண்பர்கள் என்னுடையதைப் போன்றதான வாழ்நிலையில் ஊதாரிகளாகவும், துயரத்தின் குழந்தை களாகவும், கலைத்தொடர்புடைய விஷயங்களில் ஆர்வமிக்கவர்களாக வும், பெண்கள் பற்றியே ஓயாது பேசி மாய்கிற இளைஞர்களாகவும், வேலையென்று சொல்லிக்கொள்ள முடியாத சிறுசிறு காரியங்களைச் செய்து பஸ் செலவுக்கு சினிமாவுக்கு தேனீர் சிகரெட்டுகளுக்கு வழி செய்துகொள்பவர்களாகவும்...

அவர்களும் என்னைப்போல அற்றலைபவர்கள்தாமே. அலைபவர் செருப்புகளில் அழுக்கு சேராமல் இருக்குமா? என்மீது மிகவும் உரிமையுடையவர்கள். செருப்பைக் கழற்றாமல் என் அறைக்குள் நுழைவார்கள். அப்படியே பாயில் அமர்வார்கள். செருப்பின் சாணம் - எச்சில் - சேறு எல்லாம் என் பாயில் படியும். நான் ஒருபோதும் மறுப்பு சொன்னதில்லை. விரித்தது விரித்தபடியே எப்போதும் கிடக்கும் என்

பாய். அதில் நான் படுத்துப் புரளவும் செய்யலாம். நீங்கள் உட்காரலாமா? அதனால்தான் தடுத்தேன்.

நீங்கள் வாசகரல்லவா? உங்களை நம்பியல்லவா தமிழ் இலக்கியம் வாழ்கிறது. குருட்டதிர்ஷ்டத்தில் எனக்குக் கிடைத்த பரிசைப்போல நீங்கள் என்னறைக்கு வருகை புரிந்திருக்கிறீர்கள். உங்களை மகிமைப் படுத்தவும் உபசரிக்கவும் விரும்புகிறேன். அது என் கடமை. ஆனால் நீங்கள் ஒரு மணி நேரம் காத்திருக்க வேண்டும், தயவு செய்து. சுமாரான தரமுடைய பிராந்தி குவார்ட்டரில் பாதியாவது நான் வாங்கி வருவேன். மன்னியுங்கள்! தெரியாமல் சொல்லிவிட்டேன். கழிசடைகளும், நாயின் கடையோரும் ஈயினும் இழிந்தோருமாகிய எங்களுக்கு குடிப்பதை தவிர வேறு மார்க்கம் - கொண்டாடவோ - உபசரிக்கவோ - அன்பை வெளிப்படுத்தவோ - வாழ்க்கைக்கான அர்த்தம் தேடுவதற்கோ - இல்லை. அதனால் சொல்லிவிட்டேன். ஒருமணிநேரம் என்னுடன் இருங்கள். எனக்குப் பணம் கிடைத்துவிடும். பணத்திற்கான ஏற்பாட்டை சற்று முன்புதான் செய்து முடித்தேன்.

பணம் வரப்போகிறது என்ற இறுமாப்பில் கனவானைப்போல் கால்களை ஆட்டியபடிக்கு படுத்திருந்தபோதுதான் நீங்கள் வந்தீர்கள். பத்திரிகைகளில் எப்போதாவது நான் வரைகிற படத்தைப் பார்த்து நட்பு கொண்டு - ஏதோ வேலையாக நீங்கள் இந்தப் பகுதிக்கு வர நேர்கையில் - என்னையும் பார்த்துவிடத் தோன்றி முகவரி விசாரித்து இந்த அறையை அடைந்திருக்கிறீர்கள். நல்வரவாகுக வாசகரே...

நீங்கள் நல்லவிதமாக உட்காரவும் முடியவில்லை. பாதங்களை ஒன்றன்மீது ஒன்றாகத் தேய்த்துக் கொசுக்கடிக்குச் சொரிந்து கொள்கிறீர் கள். எனக்கு வருத்தமாகத்தானிருக்கிறது. கொசுவர்த்திச் சுருள் தீர்ந்து விட்டது. சற்று நேரத்தில் பாருங்கள் கொசுக்களின் ஒற்றுமைக்கு குரல் உங்கள் செவிகளில் நிறையும். கடியினால் அல்லல்படுவதற்கு முன்பு உங்களை அனுப்பி வைத்துவிடுவேன். எனக்குப் பழகிவிட்டது. இதோ நான் படுத்தபடியும் சுவரில் சாய்ந்தும் இருக்கிறேனே - இந்தப் பாயை அகற்றினீர்கள் என்று வைத்துக்கொள்ளுங்கள், விதவிதமான செருப்புகளி லிருந்து உதிர்ந்து கோரைகளின் வழியே வடிகட்டப்பட்ட மண்பரப்பைப் பார்க்கலாம். அதில் எறும்புகள் - மிகச் சிறு அளவில் கடித்தால் அந்த இடம் லேசாகத் தடிக்கக் கூடிய வலிமை பெற்ற எறும்புகள் - அலையும். பாயில் சுதந்திரமாகச் சுற்றித்திரியும். விருப்பமானபோதெல்லாம் என்னைக் குதறியெடுக்கும். அவைகள் அணிவகுத்துப்போகும் பாதை நாளுக்கு நாள் இடம் மாறும். காதுக்குள் புகுந்து கடிப்பது... கண்களில், கண் இமைகளில் கடிப்பதெல்லாம் மிக அடிக்கடி நடக்கும். பார்த்தீர்களா, தற்காப்பாக ஒரு குவளை தண்ணீர் அருகிலேயே வைத்திருக்கிறேன். எறும்பு புகுந்துவிட்டால் ஒருக்களித்துப் படுத்து காதில் தண்ணீர் விட்டு சற்று நேரம் கழித்து பட்டென்று கவிழ்ந்தால்

எறும்பு வெளியே வந்துவிடும் என்று யாரோ சொன்னார்கள். அநேக எறும்புகள் என் காதுக்குள் சென்றிருக்கின்றன. அத்தனை தடவையும் தண்ணீர் ஊற்றியிருக்கிறேன். ஒரு எறும்பும் வெளியே வந்ததில்லை.

குசலம் பேசி ஒரு சுற்று பூர்வாங்கப் பேச்சு முடிந்து சில நிமிடங்கள் நீங்கள் மௌனித்திருப்பது ஒரு வகையில் எனக்குக் கவலையளிக்கிறது. பேச்சில் கவனமாயிருக்கிறீர்கள் என்பது எனக்கு சிறிய சமாதான மளிக்கும். ஏனெனில் - அறைக்குள் சிதறிக்கிடக்கும் புத்தகங்களிலிருந்து - சாப்பிட்ட மிச்சமீதிகளோடு முந்தைய நாள் மூலையில் எறிந்த இலைப் பொட்டலத்திலிருந்து அழுகி உலர்ந்த வாழைப்பழத் தோல்களிலிருந்து - ஆங்காங்கே வர்ணஜாலமாய் அழுக்குக் கறை பிடித்திருக்கும் இந்தப் பாயிலிருந்தும் எழும் ஒருவித துர்நாற்ற நெடியை உணர்ந்திருப்பீர்களோ என்று அஞ்சுகிறேன். நான் உங்களை விரும்புகிறேன். உங்களுக்கு என் மிகச் சாதாரண உபசரிப்பைச் சமர்ப்பிக்க ஆர்வமாயுள்ளேன். நீங்கள் மனம் வைக்க வேண்டும். முழு உறுதியுடன் கூறுகிறேன். பணம் இன்னும் சற்று நேரத்தில் கிடைத்துவிடும். இப்போதைக்குப் போதுமான அளவிற்கு. எப்படி முழு உறுதியுடன் நீ சொல்ல முடியும் என்று கேட்பீர்களேயானால் - நான் விளக்குகிறேன். ஒரு மணி நேரமாவது கழிய வேண்டும்…

தேதி இருபதைக் கடந்து சில நாட்களாகின்றன. இன்று காலையி லிருந்தே பசியாதிக்கம் தொடங்கிவிட்டது. பசி - அசையும் திறமை யையும் அற்றுப்போகச் செய்துவிடுமோ எனும் அளவிற்கு படுக்கை யோடு என்னைப் பதித்திருந்தது. நான் தூரிகை வைத்திருக்கிற குடுவை யைப் பார்த்து நீங்கள் யோசிப்பது என்னவாக இருக்குமென்று ஓரளவு புரிகிறது. தூரிகைகளின் முனைகளையும் அவற்றிலிருந்து டியூப் லைட்டிற்கு அறையின் குறுக்காகப் போகும் வயரையும் இணைத்து சிலந்தி வலை நெய்திருக்கிறது. அப்படியானால் நான் ஓவியக்கருவி களை அதிகமாக உபயோகப்படுத்தவில்லை என்று நீங்கள் சாமர்த்திய மாகக் கணக்கிடக்கூடும். நீங்கள் நம்புவீர்களா இல்லையா என்பது எனக்குப் பிரச்சினையில்லை. ஆயினும் நான் சொல்வது உண்மைதான், இந்த அறையிலிருக்கின்ற துணிகளாகட்டும் - புத்தகங்கள் - நாற்காலி யாகட்டும் எதையும் இரண்டு மூன்று தினங்கள் கவனிக்காமல் விட்டு விட்டால் எல்லாவற்றையும் இழைகளால் பிணைத்து சிலந்திகள் வலை பின்னிவிடுகின்றன. நீங்கள் குட்டி இளவரசன் படித்திருப்பீர்களே…. அதில் குட்டி இளவரசனுடைய கிரகத்தில் அவனுக்குச் சொந்தமான எரிமலைகள் உண்டு. அவன் நித்தமும் அதில் கரி அள்ளி சுத்தம் செய்து பராமரிப்பான். அப்படித்தான் நான் நாள்தோறும் என் அறையைப் பார்வையிட்டு எங்கெங்கு சிலந்தி வலைகள் தென்படுகிறதோ - அவற்றையெல்லாம் அறுத்துத் துண்டிப்பேன். அறையைச் சுத்தம் செய்தால் என்ன என்று நீங்கள் ஒரு கேள்வி எழுப்பினால் சுத்தம் செய்த அடுத்தநாள் சகலமும் கலைந்து மறுபடியும் இப்படிக் கிடக்குமென்பது

தான் பதில். நான் வாழ்ந்து கொண்டிருப்பது கலை வாழ்க்கையல்லவா! கலையில் கலைதல் என்பது சகஜம்தான்.

இன்றைக்குப் பசியினால் கொஞ்சம் அலட்சியமாக இருந்து விட்டேன். குடல்கள் ஒன்றையொன்று பிணைத்து முறுக்கிப் பிழிவதில் வலி சொட்டியது. பசியினாற் துடிப்பதுடன்தான் காலை தொடங்கியது. முந்தைய இரவும் எதுவும் சாப்பிட்டிருக்கவில்லை... நான் இதை யெல்லாம் சொல்லிக்கொண்டிருக்கையில் ஒன்றைக் குறித்து ஆசுவாச மடைகிறேன். நீங்கள் கொட்டாவி விடும்போதோ - கையுயர்த்திச் சோம்பல் முறிக்கும்போதோ மேற்கூரையைப் பார்க்கவில்லை.

நீங்கள் பார்த்தால் துள்ளிச்சாடி வெளியே போய்விடுவீர்கள். நீங்கள் அமர்ந்திருக்கிற இடத்திற்கு நேர் மேலாக சிமெண்டுத் தளம் பெயர்ந்து - இரண்டடி அகலத்திற்குக் கனத்த பாறைபோல இணைப்புக்கம்பிகளின் துர்பலத்தினால் தொங்கிக்கொண்டிருக்கிறது எந்த நேரத்திலும் பெயர்ந்து விழக்கூடிய வாய்ப்புடன். ஒருக்கால் நீங்கள் அதைக் கண்டும் காணாதபடி பெருந்தன்மையாளராக - அஞ்சா நெஞ்சினராக அமர்ந்திருக்கிறீர்களா...

அதன் வழியாக மழை கொட்டும். கொட்டும் என்றால் வானத்தி லிருந்து எப்படிக் கொட்டுமோ அதேபோல உடைந்து தொங்கும் சிதிலத் தின் ஓர இடைவெளிகளிலிருந்து கொட்டும். மிகக் குறைந்த வாடகையில் தேடியலைந்து பிடித்த அறை இது. புத்தகங்கள் நனையும். உடைகள்... பக்கச் சுவர்கள்... பாய் தலையணை. மழைவிட்ட பிறகு - நனைந்த புத்தகங்களின் மீது கருநிறத்தூசுபோல காளான் படரும். சில நாள் கழித்து வெள்ளி இழைப் பளபளப்புடன் நீளமாகச் சுருண்டு - தலைப்பில் ஒரு முத்து வைத்திருப்பதைப் போன்ற வினோத தாவரங்கள் புத்தக அட்டை களில் முளைப்பதை நீங்கள் கண்டிருக்கிறீர்களா? அவைகளைப் போன மழைக்காலத்தில் நான் கண்டு மிகவும் பயந்தேன். அவற்றைக் களைவ தில் முழுதாக ஒருநாள் செலவிட்டேன். அந்தத் தாவரம் கைபட்டால் குழைந்து ஒழுகியது. அது கெட்ட சகுனமோ என்றும் ஒரு கலக்கம்.

பசியைப் பற்றிச் சொல்லிக்கொண்டிருந்தேன். பசியின் சிலம் பாட்டத்தில் வயிற்றில் பொத்தல்கள் விழத்தொடங்குவதற்கு முன்பு - வழக்கமாகத் தாமதமாகக் கண்விழித்து - அரை மயக்க நிலையில் இன்றைய நாளின் தொடக்க ஆனந்தத்தைக் கண்டுபிடிக்கக் கொஞ்சம் யோசித்தேன். வாடகை கொடுப்பதற்கு இன்னும் பத்து நாட்களுக்கு மேல் இருக்கின்றன. அம்மாவிடமிருந்து பணம் கேட்டு சமீபமாகக் கடிதம் ஒன்றும் வரவில்லை. மாடிப்படியேறி என் அறைக்கு வரும் வழியில் சிகரெட் துணுக்கு எதையும் போடவில்லை. இதனால் கீழே சலூன் வைத்திருக்கும் கட்டிடக் கண்காணிப்பாளனின் வசவுக்கு இலக்காக வேண்டியிராது. கீழே கிணற்றில் நீர் இறைத்து தூக்க முடியாத வாளிக் கனத்துடன் மேலேறும்போது படிகளில் தண்ணீர் சிந்தவாய்ப்பில்லை. ஏனெனில் குளிப்பது பற்றிய சிந்தனையையே நான் இன்னும்

ஆரம்பிக்கவில்லை. படிகளில் தண்ணீர் சிந்தாததால் இடதுபக்க அறைவாசியான டைலரின் இழிவான முணுமுணுப்புகளுக்கு ஆளாக வேண்டியதில்லை. தினசரி கீழேயிருந்து தண்ணீர் எடுத்து வருகிறேன். படிகளில் நீர்த்தும்பி விழத்தான் செய்கிறது. தண்ணீர் வழுக்கி படிகளில் உருண்டு கைகால் முறிந்தாலோ அல்லது மண்டை உடைந்தாலோ என்ன செய்வது என்று டைலர் சந்தேகம் கேட்பார். யார் எலும்பும் உடையா திருக்கும் பொருட்டு பழைய சட்டையால் நான் படிகளில் உள்ள நீரைத் துடைக்க வேண்டும். யார் தண்ணீர் எடுத்து வந்தாலும் சிறிதளவாவது சிந்தாமல் போவதில்லை.

பிறகு வாசகரே... கொஞ்சம் தயக்கமாக இருக்கிறது. ஆனாலும் நான் இதைச் சொல்வதற்கு உங்களைவிடவும் பொருத்தமான ஆள் யாரும் இருக்க முடியாது. மாயாஜாலக் கதைகளில் வரும் நல்லிதயமுள்ள இளைஞராக - பட்சி பிராணிகளுக்கு உதவி செய்யக்கூடியவராக என் முன்னே கொசுக்கடியைப் பொறுத்து வீற்றிருக்கிறீர்கள். உங்களிடம் சொல்லலாம். நீங்கள் வாழ்த்துவீர்கள். நான் ஒரு பெண்ணைக் காதலிக்கத் தொடங்கியிருக்கிறேன்.

என்ன இருந்தாலும் இல்லாவிட்டாலும் நான் காதலிக்கத் தொடங்கி யிருக்கிறேன். காதல். நான் சிறப்பாக இதைச் சித்தரிக்க ஆசைப்படுகி றேன். என் அறிவீனமோ அதற்கேதுவாக இல்லை. நான் காதல் கொண்டி ருப்பதை உணர்ந்த அன்று மிகப் பரபரப்படைந்தேன். அறையைப் பூட்டிவிட்டு பல மைல் தூரம் கால்நடையாகப் போய் ஊருக்கு வெளியே உள்ள குன்றில் ஏறினேன். மனம் பொறுக்கவில்லை. அமரவோ, நிற்கவோகூட இயலவில்லை. குன்றேறித் திரும்பி எங்கெல்லாமோ சுற்றி நடந்தேன் சிரித்தபடி. அதிகாலை அறைக்கு வந்து என் கவி நண்பன் ஒருவனுக்குக் கடிதமெழுதி நான் காதல் வயப்பட்டிருப்பதைக் கொண்டாட நினைத்தேன். அவன் இதுவரையில் என் படுக்கையில் செருப்புக் கால்களை வைக்காதவரில் ஒருவன். பரவசத்தினால் கை நரம்புகள் செயலிழக்க ஐந்து பக்கங்களுக்கு மேல் நகர்த்த இயலவில்லை. அந்தக் கடிதத்திலிருந்து சில வரிகளைப் படித்துக் காட்டட்டுமா?

உங்களுக்குத் தொந்தரவென்றால் விட்டுவிடலாம். இப்படி நான் சந்தோஷத்தைப் பிரித்தெடுத்துக்கொண்டிருக்கும்போதே எந்தக் குகையிலிருந்தோ வயிற்றிற்குள் தாவியமர்ந்தது பசி. ஆட்படுத்தி அமிழ்த்துவிட, போதை சுரந்தது. போதை தொடர்பாக ஒரு நிகழ்ச்சி இருக்கிறது. பிறகு சொல்வேன். மிக உயரத்திலிருந்து வேகமாகக் கொட்டும் நீரைப்போலவும் ஆகிவிட்டது அது. சின்ன வயிற்றுத் தோல் அந்த வேகத்தைத் தாங்குமா? ஒரு சிகரெட்டும் பீடிக்கட்டும் மட்டுமே உடைமையாகத் தொடங்கிய நாள். நண்பர்கள் அத்தனைபேரும் தொலைவில் வசிக்கிறார்கள். ரயிலேறிச் செல்ல வேண்டும். டிக்கெட்டுக் கான மூன்று ரூபாய் இருந்தால் ஒரு தேனீர் அருந்தி வயிற்றுடன் தற்காலிக

சமாதான உடன்படிக்கை ஏற்பட இரண்டு ரூபாய் செலவிட்டிருப்பேன்.

இந்தத் தெருவிலிருந்த நண்பன் சுப்பிரமணியுடன் உள்ள உறவும் முறிந்துவிட்டிருந்தது. அதற்கொரு குட்டிக் கதை உண்டு. உங்களுக்குச் சோர்வளித்தபோது சொல்லுங்கள். நிறுத்திவிடலாம்.

தொலை தூரத்திலிருந்து விருந்தினனாக ஒரு நண்பன் வந்தான். ஒரு கோரிக்கையுடனும் கொஞ்சம் பணத்துடனும் வந்தான். சென்னையில் யாருக்கும் சொந்தமில்லாத ஒரு இடம் இருந்ததால் அதைக் கண்டுபிடித்து விவசாயம் செய்து அறுவடையை பொதுமக்களுக்கு - கஷ்டப்படுகிறவர் களுக்கு இலவசமாக விநியோகிக்க வேண்டும் என்பதுதான் அவன் புறப்பாட்டின் லட்சியம். நான் பிரமையிலாழந்தேன். யாருக்கும் சொந்தமில்லாத இடத்தை இந்தப் பெருநகரில் எங்கு தேடுவதென்று குழப்பம்.

அவன் உங்களைப் போலவே நல்லிதயமுடைய ஆள். சொந்த ஊரின் சொகுசான வாழ்க்கையைத் துறந்து அருணாச்சலப் பிரதேசத்திற்கு ஓடி மலைப்பிரதேசமொன்றின் ஆதிவாசிகளோடு கலந்தான். அவர்களின் குழந்தைகளுக்குப் பாடம் சொல்லிக்கொடுத்து இரண்டு வருடத்தில் ஒரு ஆதிவாசி மங்கை நல்லாளுடன் காதலேற்பட்டு அது வடிவராத துயரம் தாங்கித்திரும்பியவன். தாசில்தாரான தன் தகப்பனிடம் போகாமல் விருப்பத்துடன் ஒரு லாரியில் கிளீனர் வேலை பெற்று மாதங்கள் மாநிலம்விட்டு மாநிலம் சுற்றிக்கொண்டிருந்தான். முன்பு அவன் சிறுகதை எழுத்தாளனாகித் தீருவது என்ற முடிவுடன் இலக்கியப் பத்திரிகை ஒன்றில் அற்ப சம்பளத்திற்கு கம்ப்யூட்டரைத் தட்டிப் பொழுதைக் கழித்து இரண்டு சிறுகதைகள் எழுதினான். பிறகு கவிதையில் நாட்டம். திடீரென்று ஜான் ஆபிரகாம்போல மக்களிடம் பணம் வசூலித்து - அவர்களின் கூட்டுடன் நல்ல, தரமான சினிமாக்கள் எடுத்து தமிழ் வர்த்தக சினிமாவின் அவலத்தைத் துடைக்க வேலையை உதறிப் புறப்பட்டான். இப்போது யாருக்கும் சொந்தமில்லாத நிலத்தில் விவசாயம் செய்வது என்று தீர்மானித்திருக்கிறான். அவன் மேன்மைக் கொரு உதாரணம் சொன்னால் அவனைப் பற்றி ஓரளவு விளங்கும்.

அவன் அருணாச்சலப் பிரதேசம் போவதற்கு முன்பு என்னைப் பார்க்க வந்திருந்தான். கையுறைப் பொருளாக அவல் கொண்டு வந்திருந்த பையை பூட்டிக்கிடந்த என் அறைக்கதவில் சாய்த்து வைத்துவிட்டு எனக்காகக் காத்திருந்திருக்கிறான். நேரமாக ஆக, மிக நெருக்கமான சக ஜீவிகளாக மாறுவதற்கு என் காதிற்குள் இடம் கேட்கும் எறும்புகள் அவலைச் சுவைபார்த்துப் பிடித்துப்போய் கதவிடுக்குக்கு வெளியே ஒரு வரிசையை அமைத்து செயல்பட்டுக்கொண்டிருந்த நேரத்தில் வருத்தமுற்றிருக்கிறான் நண்பன். அன்புடன் எனக்காகக் கொண்டுவந்த அவலை எறும்புகள் ருசிப்பதில் அவனுக்கு உடன்பாடில்லை. படியிறங்கிச் சென்று சில இனிப்பு மிட்டாய்களை வாங்கி வந்து அந்தப்

பைக்கு அருகில் வைத்துக் கவனித்திருந்த சில நிமிடங்களில் - அவலைவிட மிட்டாயே சுவை மிக்கது என்றறிந்த எறும்புகள் முற்றுமாக மிட்டாய்களிடத்து வரிசையை மாற்றியமைத்துக்கொண்டன. ராயனுக்குரியது ராயனுக்கு தேவனுக்குரியது தேவனுக்கு என்று காரியமாற்றியிருக்கிறான். அந்த விஷயம் என்னைப் பெரிதும் நெகிழ்த்தியது. அன்றிருந்தே அவனுக்கு நான் மிகவும் கடமைப்பட்டவ னாகிப் போனேன். சந்தேகமில்லாமல் மழைத் துளியின் பரிசுத்தம் போலல்லவா இருந்தான் அந்த நேரத்தில்.

அவன்தான் இவன். இப்போது சாப்பாடு மட்டும் கிடைத்தால் போதும். முழு உழைப்பையும் அர்ப்பணித்து விளைவித்து மக்களுக்கு இலவசமாகத் தரத் தயார்நிலையில் வந்திருக்கிறான். ஆனால் யாருக்கும் சொந்தமற்ற நிலத்தில்தான் அது நடக்கும். அவன் சொன்னதை கருத்தளவில் ஆமோதித்து - அப்படி ஒரு நிலத்தைக் கண்டுபிடிக்க அவகாசங்கோரி - அது தொடர்பான உரையாடலை முடித்துவைத்தேன்.

கையிலிருந்த பணம் கரைந்த பிறகு - ஊருக்குத் திரும்ப துணிகளை துவைத்துலர்த்தி மடித்து வைத்து முஸ்தீபுகளை மேற்கொள்ளும்போது - டிக்கட் எடுக்கவும் வழிச் செலவுக்குமான பணம் திரட்டும் கடமை உறைத்தது எனக்கு. என் தீவிரமான யோசனைக்கஞ்சி உபாயங்க ளெல்லாம் மண்ணடியில் மறைந்தன. அவனுக்கு ஒரு நானூறு ரூபாய் கொடுக்க முடிந்திருந்தால் அதை நினைத்து இரண்டு வாரங்களுக்கேனும் சந்தோஷப்பட்டிருப்பேன். அது இயலாமலாகிவிட்டது. ஆகக்கூடி என்னிடமிருந்ததில் கைக் கடிகாரத்தைத்தான் ஒரு பொருளாகப் பொருட்படுத்தத் தோன்றியது.

நான் சுப்பிரமணியிடம் சரணடைந்தேன். அவனுக்குப் பூர்வீகமே இந்தப் பிராந்தியம்தான். ஒரு புத்தகக் கடையில் அவன் பணியாளனாக வும், நான் வாடிக்கையாளனாகவும் சந்திக்கையில் - ரயிலில் ஒன்றாக வீடு திரும்பும் தினங்களில் நண்பர்களாகி விட்டிருந்தோம். முன்பே அவன் சொல்லியிருந்த தகவல்களின்படி நானாவிதப் பொருட்களை அடகு வைப்பதில் அவனுக்கு பாண்டித்யம் சித்தித்திருப்பதை தக்க சமயத்தில் நினைவு கூர்ந்தேன். நண்பனுக்குத் தெரியாமல் பின்வரும் உரையாடல் எனக்கும் சுப்பிரமணிக்குமிடையில் நடந்தது.

''இந்தக் கடிகாரத்தை அடகு வைக்கணும் சுப்பிரமணி.''

உடனடியாக சுப்பிரமணி அடைந்த அதிர்ச்சி அவன் ஒவ்வொரு வார்த்தைக்கிடையிலும் பான்பராக் எச்சில் தெளிப்புடன் சேர்ந்து வெளிப்பட்டது.

''என்னாது... அடகு வைக்கணுமா? கடிகாரத்த அடகு வைக்கிற அளவுக்கு பணமுடையாப் போச்சா உங்களுக்கு... இந்த சமயம் பார்த்து என்னிட்டே பணமில்லாமப் போச்சே ஆர்ட்டிஸ்டு! எதுத்த வீட்டுப்

பையன் பிரஷ்ஷால பல்லு வெளக்குறான் எனக்கும் ஒன்னு வாங்கிக் கொடுப்பான்னு பையன் காலையிலேயே ஒப்பாரி வைச்சான். இல்லாத கொடுமைக்கி நாலு சாத்துப்படி வச்சிட்டுதான் வரேன். இருந்திருந்தா உங்களுக்கு இப்பமே தந்திருப்பேன்... ம்... அப்பிடிப் போச்சா கத! கடிகாரத்தக் குடுக்கிற அளவுக்கு... கடிகாரம் இல்லாட்டா ரொம்பக் கஷ்டப் படுவியளே ஆர்ட்டிஸ்டு. வேறெதுவும் பண்ணிக்க முடியாதா?'' நாற்காலியில் உட்காரச் சொல்லி நன்கு துலங்குகிற பாணியில் லுங்கியை மேலேற்றிவிட்டு சுப்பிரமணி தரையில் குந்தினான்.

சுப்பிரமணியின் தோழமை நிரம்பிய அக்கறையில் கொஞ்சம் கிலேசப்பட்டு நெஞ்சுருகி இங்கிவனை யான் பெறவே என்ன தவம் செய்தேனெனனக் கசிந்து ''பரவாயில்லை சுப்பிரமணி. ஒரு வாரத்தில் திருப்பிவிடலாம். ஐநூறு ரூபாய் இன்னக்கி மதியத்திற்குள்ள கெடச்சா நல்லாருக்கும்'' என்றேன். சுப்பிரமணி கடிகாரத்தை என்னிடமிருந்து வாங்கி பரிசீலிக்கிற ரீதியில் பார்த்தான். ''சேட்டு ஒரு கஞ்சத் தாயோளி! ஆயிரம் ரூவா பொருளுக்கு ஈவு இரக்கமில்லாத இருநூறுதான் தர முடியும்ணு சாதிப்பானே...''

''எப்படியாவது பாத்து ஏற்பாடு செய் சுப்பிரமணி. உனக்கு ஏற்கனவே பழக்கமான ஆள்தானே சேட்டு. எனக்கு நல்லாத் தெரிஞ்சவன்தான், ஒரு வாரத்தில் திருப்பிடுவான்னு நீ எடுத்துச் சொன்னால் ஐநூறு ரூபாய் தருவானாயிருக்கும்.''

''உங்களப் பத்தி எனக்குத் தெரியாதா ஆர்ட்டிஸ்டு! என்ன பேச்சு பேசறீங்க! எத்தனை வருஷமாப் பழகறோம். நீங்க திருப்புவீங்களா திருப்ப மாட்டீங்களான்னு எனக்குத் தெரியாதா? சேட்டு ஒரு மனுசனே இல்லைங்கறதுதானே இப்பத்திப் பிரச்சினை. பணப்பிசாசுல்ல. பண்டம் பதார்த்தம் எத்தனை கொண்டுபோய் அவங்கிட்டே போட்டிருப்பேன். தெரியுமா... இல்லாத நொரநாட்டியம் நொள்ள நாட்டியமெல்லாம் பேசுவான். கஷ்டத்துனாலதான நம்மகிட்ட அண்டுறான் இஷ்டத்துக்குப் போடுவோம்னு அநியாய வட்டி போடுவான். மனசுங்கறதே சுத்தமாக் கெடயாது ஆர்ட்டிஸ்டு அவனுக்கு... அவன்கிட்டப் போயி மாட்டுறேங்கிறீகளே...''

நான் தடுப்பதற்கு முன் சுப்பிரமணி அறை வாசலிலிருந்து ரோட்டைப் பார்த்து பான்பராக் எச்சிலை அனாயாசமாகப் பீச்சி லுங்கியினால் வாயைத் துடைத்தான். வாயின் இருமுனைகளிலும் வெந்ததைப்போல எச்சில் நின்றது. ''எம்.பி. பையன் வீட்டு கெணத்துல தூர்வாறணும்னு சொன்னாங்க. அதுக்கு ஆளுகள வேற தேடிப்புடிக்கணும்'' என்று முனகிக்கொண்டே வந்து உட்கார்ந்தான்.

தன்னை ஒரு 'எலக்ட்ரீஷியன்' ஆகக் காட்டிக்கொள்ள விரும்பி எப்போதும் சட்டைப் பையில் வைத்திருக்கிற 'டெஸ்டரை' எடுத்து

காதில் விட்டுச் சொரிந்து பேசினான். ''நம்ம பொருளு தரமான பொருளு தான். இல்லேங்கலே. இதுக்கு அவன் இருநூறு கொடுப்பானாங்கறதே சந்தேகமாச்சே... எங்கேயிருந்தோ பொழக்க வந்து வீடுமேல வீடு கட்டிடறானுவ சேட்டுப் பயக. நாம காலங்காலமா இந்த ஊர்லயிருந்துட்டு... ஓடுங்கடா ஊரப்பாத்துக்கிட்டுன்னு தொரத்தணும் ஆர்ட்டிஸ்டு - அப்பத்தான் சரியா வரும்... கொஞ்சம் பாத்துக்கொடு சேட்டுன்னு கேட்டா அவனுக்குக் கோவம் வரும் பாருங்க... உம்பொருள வாங்க முடியாதுன்னு தெருவுல தூக்கியெறிஞ்சிருக்கான். ஒரு நா இல்லைன்னா ஒரு நா கெட்ட கெரகம் வந்து அவங்கிட்ட ஆடாமலா போகும்...'' கழிப்பறைக்குச் சென்று சிறுநீர் கழித்து வந்த சுப்பிரமணி ''என்னாது டாய்லெட்டெல்லாம் ரொம்ப மோசமாக் கெடக்கு... சுத்தம் பண்ணிரலாமா... நூறு ரூபா ஆகும். ரெண்டாளுக்கு வேலையிருக்கும். ஆள் கூட்டியாந்திரலாமா?''

''இப்ப வேண்டாம் சுப்பிரமணி. பிறகு பாத்துக்கலாம். இருநூறு ரூபாயை வச்சி எதுவுமே செய்ய முடியாது சுப்பிரமணி. ஒரு நானூறு ரூபாயாவது இருந்தால் பரவால்லே.''

''நீங்க எங்கிட்டே இப்படிச் சொல்லலாமா ஆர்ட்டிஸ்டு! எங்கிட்டே யிருந்தா உங்க தேவ தெரிஞ்சி எவ்வளவு வேணும்னாலும் கொடுப் பேனே... ஆனா அந்த நாயிகிட்டே போய் நிக்க வேண்டியிருக்குதே... அறுந்த விரலுக்குச் சுண்ணாம்பு தராதவன் சேட்டு. இருநூறு ரூபா வாங்கறதுக்கே அவங்கிட்ட விடாப்பிடியா மல்லுக்கு நிக்கணும். உங்களை வேணும்னா அழைச்சிக்கிட்டுப் போறேன். நீங்களே பேசிப்பாக்கறீங்களா?''

''வேண்டாம் சுப்பிரமணி. நா வரலை. முன்னூறு ரூபாயாவது வாங்க முடியாதா? வாய்ப்பே இல்லையா? கொஞ்சம் முயற்சி பண்ணிப் பாரேன்...''

''கஷ்டம் ஆளப்போல வந்து அடிக்கிறபோது இப்படியெல்லாம் பேசத்தோணுது ஆர்ட்டிஸ்டு ஒங்களுக்கு. சுப்பிரமணிக்குப் பணம் பெரிய விஷயமில்லை. என்ன செய்யிறது. ஒங்க கடிகாரம் அந்தக் கபோதி கடையில போய் உக்காரணும்னு எழுதியிருக்கு.''

''சரி, முடிச்சுடலாம்... கொஞ்சம் பாத்துச் செய் சுப்பிரமணி... ரொம்ப நெருக்கடி'' சுப்பிரமணி வருத்தத்துடன் கடிகாரத்தைப் பைக்குள் வைத்தான். அவன் வீட்டுக் கீற்று மாற்றுவதற்கு நான் இரண்டாயிரம் ரூபாய் தருகிறேன் என்று என்றோ சொன்னதை நினைவுபடுத்திவிட்டுப் போனான்.

சுப்பிரமணி கொடுத்த 150 ரூபாயில் நூறு ரூபாயை என் நண்பனிடம் சமர்ப்பித்தேன். அந்த நூறு ரூபாய்க்கு எவ்வளவு தூரம் செல்ல முடியுமோ அவ்வளவு தூரம் சென்று பிறகு யோசித்துக்கொள்வதாக ஒரு தெளிவு

மில்லாமல் என்னைச் சமாதானப்படுத்திப் பிரித்தான் நண்பன். அவனை அனுப்பிய பாங்கு எனக்குச் சற்றும் பிடித்தமில்லை. அவமானத்தில் தலைதாழ அடுத்த முறை நீ வருவதற்குள் யாருக்கும் சொந்தமற்ற நிலத்தைக் கண்டுபிடிக்க முயல்கிறேன் என்று சொல்லி அனுப்பினேன்.

சில தினங்கள் கழித்து நகரத் தெருவோரத் தேனீர்க் கடை வாசலில் நான்கு பேருடன் பேசியபடியிருந்த சுப்பிரமணி தென்பட்டான். அவன் என்னைக் கவனிக்கவில்லை. நான்கு பேருக்குப் பணம் பங்கிட்டுக் கொடுப்பதில் தீவிரமாயிருந்தான். அவன் இடது கரத்தில் என் கடிகாரம் தொங்கி ஆடிக்கொண்டிருந்தது. நான் மௌனமாகப் பின்னகர்ந்து விலகினேன். முன்பு முறிவு என்று குறிப்பிட்டேனே, அது பிசகு. நானாக அவனிடமிருந்து என்னை விலக்கிக் கொண்டேன். அவனை அவனே என்னிடம் அவ்வளவு கேவலமாகத் திட்டிப் பேசியிருக்க வேண்டாமே என்றிருந்தது. அதற்குப் பிறகு அவனும் இந்த அறைப் பக்கமே வர வில்லை. இப்போது இந்தக் கடுமையான பசியில் அவனை நினைப்பது தவிர்க்க முடியாததாகிறது. அவனிடம் சில்லறைப் பணம் இல்லாமல் இருக்காது. ஆனால் நான் அவனிடம் போகப்போவதில்லை.

சிறந்த செயல் ஒன்று செய்திருக்கிறேன் வாசகரே, இதற்குமேல் சகிப்பதற்கில்லையென்ற நிலையில் வீறு கொண்டெழுந்துவிட்டேன். தரையிலும் - அலமாரியிலும் அலங்கோலமாக இரைந்து கிடந்த புத்தகங்களில் பெரும்பகுதியை மடமடவென்று திரட்டினேன். எல்லாம் அற்புதமான ஓவியப் புத்தகங்கள், ஏராளமான வண்ணச் சித்திரங்கள் உள்ளவை. பல்லாண்டுகளாக சிறுகச்சிறுக வாங்கிச் சேர்த்தவை. நண்பர் களிடம் இரவல் வாங்கி திரும்பித்தர மறந்துவிடடதுபோல நடித்து தக்கவைத்துக் கொண்டவை சில. இதன் மூலம் நல்லவர்களின் வெறுப்பைச் சம்பாதித்திருக்கிறேன். தடவித் தடவி பெருமையடையக் காரணமாக இருந்தவை. சொற்ப வருமானத்தின் பெரும்பகுதியைச் செலவிட்டிருக்கிறேன் புத்தகங்களுக்காக. போங்கள் கன்றுக்குட் டிகளா எவ்வளவு காலம்தான் என்னோடு அடைந்து கிடப்பீர்கள் என்று அவிழ்த்து விட்டுவிட்டேன்.

நான் ஒருபோதும் அப்படிச் செய்திருக்கக்கூடியவன் அல்ல. உங்களி டத்தில் அதற்கான மன்னிப்பைக் கோருகிறேன். பசியின் பிளிறலில் இதயம் கிழிந்துவிடுமோ என்ற அச்சத்தினால் அது அவ்விதமாய் அந்நேரத்தில் நடந்துவிட்டது. என் இடைவரை அடுக்கப்பட்டன புத்தகங்கள். வெளிநாட்டுப் புத்தகங்கள் - நல்ல நீள அகலத்துடனி ருப்பவை - தனித்தொகுதியாக்கப்பட்டன.

கீழேதான் பழைய புத்தகக் கடை. அதை அடுத்து ஒரு சிறிய சாப்பாட்டுக்கடை - அதற்கும் பக்கத்தில் மாமிசக் கடை. என்னால் அந்தப் புத்தகங்களைச் சுமந்து செல்வது இயலாது என்பதால் கீழே பழைய புத்தகக் கடையிலிருந்த பையனிடம் எடைக்குப் புத்தகங்கள் இருப்பதாக

வும், வந்து எடுத்துக்கொள்ளும்படியாகவும் சொல்லி வந்தேன்.

அவன் ஒருபெரிய சாக்குப் பையை எடுத்து வந்தான். நகரத்தில் குப்பை பொறுக்குகிறவர்கள் வைத்திருக்கிற பை. என் சீரான அடுக்கு தலை கிஞ்சித்தும் மதியாமல் - லாரியிலிருந்து தேங்காய்களை குடோனுக்குள் விட்டெறிவதுபோல - ஒரு கையால் சாக்கைத் திறந்து பிடித்து - மற்றொரு கையால் புத்தகங்களை அதற்குள்ளாக எறிந்தான். முதுகில் சுமக்க முடியாமல் தட்டுத்தடுமாறி மாடிப் படிகளில் இறங்கும்போது அவன் விழுந்து விடாமலிருக்க - மூட்டையின் பின் பளுவை நான் ஏற்றேன். நீங்கள் நாற்காலியிலிருந்து எழுந்து நின்றால் கீழே எதிர் சாரியிலுள்ள கடைவாசலில் புத்தகமூட்டை கிடப்பதைப் பார்க்க முடியும். கடை உரிமையாளன் வெளியே சென்றிருப்பதனால் ஒரு மணி நேரம் கழித்து வரும்படிச் சொல்லியனுப்பினான் அந்த இளம் பணியாளன்.

நான் காத்திருக்கிறேன். என் வேண்டுகோளுக்குச் செவி சாய்த்து நீங்களும் உடனிருங்கள். சில வாரங்களுக்கோ அல்லது ஒரு மாதத்திற்குகோ தேவையான பணம் இன்னும் ஒரு மணி நேரத்தில் கிடைத்துவிடும். மகிழ்வுடனிருக்கிறேன். நீங்கள் நாற்காலியில் அமர்ந்திருப்பது அசௌகரியமாக இருந்தால் என் பாயில் கால் நீட்டிப் படுத்து இளைப்பாறலாம். நிபந்தனை என்னவெனில் சுள்சுள்ளென்று கடிக்கும் சிற்றெறும்புகளையும் - அழுக்குப் படிவுகளையும் தாங்கிக் கொள்ள வேண்டும். ஏற்கனவே நீங்கள் கொசுக்கடியினால் பாதிப்படைந்திருக்கிறீர்கள். எனக்குத் தெரிகிறது. பார்த்துக் கொண்டுதானே இருக்கிறேன். தயவு செய்து கைக்குப் பணம் வரும் வரையில் கொஞ்சம் பொறுங்கள்.

பசி ஒரு போதையைப்போல பிடித்தாட்டுகிறது என்று போதை தொடர்பான ஒரு நிகழ்ச்சியைத் தெரிவிக்க விரும்பினேனல்லவா... இங்கிருந்து வெளியேறினால் போதுமென்று நினைக்கிறீர்களோ... உன்னதம் பொருந்தியவராய்த் தோன்றுகிறீர்கள், 'உங்களை நான் உபசரிப்பதற்கு அனுமதி தாருங்கள். நான் கதை சொல்லி உங்கள் நேரத்தையும் சுவாரஸ்யப்படுத்துவேன்.'

அதுவும் இரவுதான். நான் இதைப்போல படுக்கையில் சாய்ந்து ஜன்னல் வழியே தெரியும் ஒரு நட்சத்திரத்திடம் லயித்திருந்தேன். ஜன்னலுக்குள் புகுந்து மறுபக்க விளிம்பில் மறைவதுவரை நட்சத்திரத்தைக் கவனிப்பது ஒரு பழக்கம். அன்றைக்கு புதுவகை எறும்புகள் பெருமளவில் அறையை ஆக்ரமித்திருந்தன. சிற்றெறும்புகளைப்போல ஆறேழு மடங்கு பெரியவை அவை. பறந்து பறந்து விழுமே அன்றி கடித்து வைக்காத சாந்தகுணம் நிரம்பியவை.

டியூப்லைட் பட்டியின் பின்புறமுள்ள பெரிய ஓட்டைக்குள்ளிருந்து

இடையறாது வெளிப்பட்டு அறைக்குள் ரீங்காரத்துடன் பறந்து களித்தன. அறையின் பூர்வகுடிகளான பெரும் பல்லிகளுக்கோ ஏகக் கொண்டாட்டம். பல்லிகள் கரப்பான் பூச்சிகளை வேட்டையாடுவது ரசமான காட்சி. அதில் நிறைய நுட்பங்களைக் கடைப்பிடிக்கின்றன பல்லிகள். அதை விவரிக்கப் போனால் கதையை விட்டுவிடுவேன். நீங்கள் அமர்ந்திருக்கிற நாற்காலியின் கீழே - ஜன்னல் மூலையில் என் தலையணைக்குப் பக்கத்தில் பரவிக் கிடக்கிற கரப்பான் பூச்சிச் சிறகுகளைப் பார்த்துப் பல்லிகளின் தீரத்தை ஊகிக்க முடியும்.

என் உடலில் விழுந்து புரண்டு பறக்கும் எறும்புகளை பல்லிகள் பாய்ந்து பிடித்துத் தின்றுகொண்டிருந்தன. இடையிடையே களம் விட்டுத் தனித்து 'க்ளக்... க்ளக்' என்று சப்தமிட்டன. இதுவரை எட்டுப் பல்லிகளை நான் அடையாளம் பிரித்தறியப் பழகியுள்ளேன். ஐந்து பல்லிகள் கைப்பெருவிரல் முனையிலிருந்து உள்ளங்கை முடிவு வரையிலான அளவிற்குப் பெரியவை. மிகச்சிறியவை இரண்டு. ஒரு பல்லி சில தினங் களுக்கு முன்பிருந்துதான் தென்படுகிறது. அது ஒன்றுதான் வசீகர வெண் நிறத்தில் தூயதாகத் திரிகிறது, கோபியர் குழாமில் கண்ணனைப்போல. நான் குழலுக்குப் பதிலாக புகைத்துக் கொண்டிருந்தபோது திடீரென்று பசிச்சூட்டில் குடல் வெந்து கருகும் நெடி நாசிக்குள்ளேறியது.

திடுக்கிட்டு எழுந்தமர்ந்தேன். செய்வதற்கொன்றுமில்லை. ஆனால் ஏதாவது செய்தாக வேண்டும். அப்போது சுப்பிரமணி சினேகிதனா யிருந்தான். அவன் குடும்பஸ்தன். பதினோரு மணி இரவில் அவன் வீட்டுக் கதவை தட்ட முடியுமா சொல்லுங்கள்! என்னதான் நண்பனாக இருந்தாலும் ஒரு நாகரிகம் பாவிக்க வேண்டியிருக்கிறது. கடைப்பட்ட வனாயினும் மனதளவில் கனவானைப்போல் வாழும் நான் சில நாகரிக மேன்மைகளைக் கருத்தில் கொண்டு அவனைச் சந்திக்கும் எண்ணத்தை விலக்கி - அரக்கப் பரக்க யோசித்தேன். என்ன ஊழியோ எனும்படிக்குக் கண்களிருண்டு வந்தன. குறைச் சுவாசம், குறை மயக்கம். தொண்டை குமட்டி வந்தது. எச்சிலைக் கூட்டி விழுங்கி விழிபிதுங்க அந்த நட்சத்திரத்தைப் பார்த்தேன். வயிற்றிலொரு முண்டம் தலைவெட்டுப் பட்டுத் துடிதுடித்தது. குப்பையோடு கலந்திருந்த பட்டாணிக் கடலைத் தோல்களுக்குத் தன் போக்கில் என் கரம் நீண்டது. ஆஷ்டிரேயைக் கவிழ்த்து துண்டு பீடிகளையும் சிகரெட்டுகளையும் பற்றவைத்துப் பற்றவைத்து உதடுகள் சுடச்சுட ஒட்ட உறிஞ்சினேன். பல்லிகள் பார்த்துக்கொண்டிருந்தன.

கிணற்றிலிருந்து நீர் இறைத்துக்கொண்டு வந்து பாத்ரூமில் வைத்து குடிக்கவும் குளிக்கவும் செய்தேன். மாடியிலிருந்து குதிக்கும்படி அறிவுறுத்திய பித்தக்குரல் கழுவப்பட்டகன்று நீரோடு ஓடியது. வயிற்றுச் சன்னதம் சற்று இளைத்தபோது ஒரு யோசனை, மிக நல்ல உபாயம் தோன்றிவிட்டது.

குப்பையோடு குப்பையாகக் கலந்திருந்த ஓவிய உபகரணங்களி லிருந்து - ஒரு பேனா - பென்சில் அழிரப்பர் ஆகியவைகளைக் கண்டெடுத்தேன். என்றோ வாங்கி மிச்சப்பட்டிருந்த ஒரு வெள்ளை அட்டையையும் எடுத்து ஆயத்தமாகிவிட்டேன். பெரிய நம்பிக்கையுடன் கலை வல்லமையுடன் நீங்கள் உட்கார்ந்திருக்கிற இதே நாற்காலியில் கூரையின் உடைந்து தொங்கும் சிதிலத்திற்குக் கீழே - கம்பீரமாக ஆரோகணித்திருந்தேன்.

சமய சஞ்சீவியாக வந்து காத்த கருத்து எதுவென்றால்... எனக்குப் பக்கத்து அறையில் ஒரு டிவைவர் வசிக்கிறான். மூன்று நட்சத்திர ஹோட்ட லின் டாக்ஸி டிரைவர். என் ஓவியங்களின்மீது ஆர்வமுடையவன். கொஞ்சம் ஷோக்குப் பேர்வழி. தினமும் இரவு பனிரெண்டுக்கு மேல் மங்களகரமாக நிறைந்த குடிபோதையுடன் ஹோட்டல் காரிலேயே அறைக்குத் திரும்புவான். குடித்துவிட்டுக் காரோட்டுவதை நான் ஆட்சேபிக்கும்போதெல்லாம், பயங்கரமாகச் சிரித்து 14 வருட டிரைவர் தொழிலில் ஒரு கோழிக்குஞ்சிக்குக்கூட தன்னால் அடிபட்டதில்லை என்பான். தன்னை ஒரு படம் வரைந்து கொடுத்தால் எவ்வளவு பணம் வேண்டுமானாலும் தரத் தயாராக இருப்பதாக முன்பு எப்போதோ அவன் சொல்லியிருந்தது இப்போது காப்பாற்ற வந்திருக்கிறது.

மாடியின் தடுப்புக் கட்டையைப் பிடித்தபடி சாலையைப் பார்த்திருந் தேன். காத்திருந்து களைப்பாக தூக்கத் துவக்கத்திலிருந்த நேரத்தில் கீழே கார் வந்து நிற்கும் ஓசை. சுதர்ஸனின் கார் அது. பட்டென்று எழுந்து காகிதம் - பென்சில் பேனாவைக் கைகயிலெடுத்து அவன் அறைக்குப் பாய்ந்தேன்.

போதைக் கனத்தில் தாழ்ந்த தலையைச் சிரமத்துடன் உயர்த்தி சிவந்த விழிகளால் புரியாமல் பார்த்தான். ''உன்னைப் படம் வரைய வெகு நேரமாகக் காத்திருக்கிறேன்.'' அவன் ஆமோதித்துச் சிரித்தது காரியம் இனிதே முடிந்த திருப்தியை ஏற்படுத்தியது.

''இப்பதான் ஒங்களுக்கு ஞாபகம் வந்திருக்கு. கடேசீல மனசு வச்சி இரக்கப்பட்டுட்டீங்க... நல்ல காரியம்தான்... உள்ளே வாங்க, வாங்க ஸார்...''

என்னைக் கட்டிலில் அமர்த்தி தட்டுத் தடுமாறி கீழிறங்கி கிணற்றடிக் குச் சென்று முகம் கழுவி வந்தான். கிரீம் தடவி தலையைப் படிய வாரி விட்டு முகத்தில் சிரத்தையுடன் பவுடர் பூசினான். கழட்டி உதாசீனமாக அவன் எறிந்த சீருடை - பயனற்று மூலையில் கிடந்த ஸ்டவ்வின் மீது விழுந்து மூடியது. சூட்கேஸிலிருந்து வெண்ணிறப் பட்டு குர்த்தாவும் எடுத்து உடுத்திக்கொண்டான். ஜிப்பா எம்பிராய்டரி வேலைப் பாடெல்லாம் அப்படியே படத்தில் வருமா என்று கேட்டான். பொத்தம் பொதுவாகத் தலையாட்டத்தான் சக்தியிருந்தது எனக்கு. அடுத்தபடியாக காலுறைகளைத் தேடியணிந்து ஷூக்களை மாட்டினான்.

வரையப்போவது நெஞ்சுவரையிலான படம்தான், அதில் காலும் ஷுக்களுமெல்லாம் வராது என்று நான் சுட்டிக்காட்டவில்லை. அவன் எதிர்பார்ப்பு எப்படி வேண்டுமானாலும் இருந்து கொள்ளட்டும். நான் வரையப்போகும் அவனது உருவப் படம் அவனை நிச்சயமாக மயக்கிவிடும். இந்த இடத்தில் என் பத்து வருட கால கலைவாழ்க்கையை உங்களுக்குத் தாழ்மையாக நினைவூட்டுகிறேன்.

வளையா வீரகேசரியைப்போல - பிணத்தின் விறைப்பைப்போல் ஸ்டூலில் உட்கார்ந்து ''இப்பிடி உக்காந்தாப் போதுமா...'' என்றான். அவனைப் பிசையாத குறையாக இழுத்து வளைத்து எனக்கேற்றவாறு அவனைத் திருப்பி ஒரு நல்ல கோணத்தை அமைத்தேன். ''படம் அச்சு அசலா என்னயப் போலவே இருக்கணும்'' என்ற இரக்கக் குரல் நிபந்தனை என் முன்னால் விழுந்தது. மேலும் பட்டுத் துணியின் மினுமினுப்பு படத்தில் வந்துவிட வேண்டுமென்ற ஆவலையும் தெரிவித்தான். உள்ளுறைந்திருந்த தங்கச் சங்கிலி ஜிப்பாவிற்கு மேல் எடுத்துவிடப்பட்டது.

நான் வரையத் தொடங்கினேன். கண்களிலிருந்து தொடங்குவதுதான் எனக்கு வசதியான முறை. ஆனால் சுதர்ஸன் நொடிக்கொருமுறை விழிகளை அழுத்தமாக மூடித்திறந்து போதையைக் கட்டுப்படுத்த முயற்சிப்பதும் எதைப் பார்த்தோ மிரள்வதுமாகப் பேய்முழி முழிப்பதுமாயிருந்தான். நான் சிகையிலிருந்து ஆரம்பித்தேன்.

''நான் எவ்ளோ நாளா சொல்லிக்கிட்டிருக்கேன்... இப்போ வந்து ஏன் வரையிற''

''இப்பத்தானே சுதர்ஸன் நான் கொஞ்சம் ஃப்ரீயா இருக்கேன்...''

''அப்போ எனக்குவேலை வெட்டியெதுவுமில்லாமத்தான் என்னைய படம் வரையச் சொன்னனா? பெரிய கலெக்டர் புடுங்கியா நீ... சொல்லு தம்பி...''

''அப்படியெல்லாம் இல்லே சுதர்ஸன். முன்னும் பின்னுமா ஆடாம கொஞ்சம் ஸ்டெடியா உக்காருங்க பார்ப்போம்.''

''இருக்கேன்... ஆனால் நல்லா வரையணும். பெட்டிக்குள்ள ஒரு ரேபான் கூலிங்கிளாஸ் இருக்குது. அதை எடுத்துப் போட்டுக்கிட்டா இன்னும் அழகா இருப்பேன்.''

''போதும் சுதர்ஸன் இப்பவே ரொம்ப அழகாத்தான் இருக்கீங்க... முன்னால் சரியாம கொஞ்சம் நிமுந்தா நல்லது.''

சுதர்ஸன் வெடுக்கென்று நிமிர பின்தலை வேகமாகக் கதவில் மோதியது. உஸ்...ஸென்ற நெடிய ஓசையுடன் தலையைத்தடவி உடனே சீப்பெடுத்து பின் தலையை மட்டும் படியவைத்து அமர்ந்தான்.

'படம் வரஞ்சி அத பிரேம் போடுறதுக்கு எவ்வளவு செலவாகும்...?'' சுதர்ஸன் வலதுகைச் சுட்டு விரலையும் கட்டை விரலையும் வாயின் ஆழத்திற்குள் செலுத்தியிருந்தான். அவன் வாயிலிருந்து கையெடுக்கும் வரையில் தாமதித்து என் கோடுசளைத் தொடர்ந்தேன்.

''எரநூறு ரூபாயிலும் போடலாம், ரெண்டாயிரம் ரூபாயிலும் போடலாம்'' சுதர்ஸனின் தாடை கொஞ்சம் கொஞ்சமாக கீழிறங்கி அவன் நெஞ்சில் பதிந்தது. நான் கட்டிலிலிருந்து எழுந்து சென்று நிமிர்த்து வைத்தேன்.

''ரெண்டாயிரம் ரூபாய்க்கி பிரேம் போட்டா நல்லாருக்கும்லே...''

''நிச்சயம் நல்லாருக்கும்'' - கண்கள் ஏறிச் செருக அப்படியே பக்கவாட்டில் சாய்ந்து விழத் தெரிந்தவன் படீரென்று சுதாரித்து படுவிரைப்பாக நிமிர்ந்தமர்ந்து அய்யனார் சிலையின் கண்களைப்போல விழிகளை மிக அகலமாக விரித்து என்னை உற்றுப்பார்த்தான். அதாவது அவன் மிகச் சிறப்பாக போஸ்கொடுத்துக்கொண்டிருப்பதாக நினைத்து அப்படிச் செய்தான். அவனது வலக்கை விரல்கள் மறுபடியும் வாய்க்குள் சென்று செயல்பட்டுத் திரும்பின. நான் வரைந்தேன்.

''பத்தாயிரம் ரூபாய்க்கி ஏதும் பிரேம் இருந்தாக்க அத வாங்கி படத்துல மாட்டுவோம்.''

''சரி''

''எங்கிட்டே பணம் இல்லேன்னு நெனக்கிறியா? இப்பவே பாஸ் புக்க எடுத்துக் காட்டட்டுமா? அடுத்தவன அவ்ளோ இளக்காரமா நெனக்காதே எப்பவும். தெரிஞ்சுக்க. வெளியே நிறுத்தி வச்சிருக்கிற கார் எவ்ளோ தெரியுமா? இருவது லெட்சம். வெளிநாட்டுக்கார். என்ன நம்பி ஒப்படைச்சிருக்காங்க... எங்கிட்டே பணம் இல்லேன்னு நெனக்கிறியா?''

''உங்ககிட்டே இல்லாத பணம் யாருகிட்டே இருக்கு. நான் நல்லா வரையறதுக்கு உதவி செய்யுங்க சுதர்ஸன். அப்புறமா பிரேம் போட்டுக்கலாம். மொதல்ல வாயிலேர்ந்து கையை எடுங்க...''

சுதர்ஸனின் ஆட்டத்தால் ஒவ்வொரு கோட்டையும் அழித்தழித்துப் போட வேண்டியிருந்தது. இப்படியும் அப்படியுமாகச் சாய்ந்து ஒரு கணத்தில் ஸ்டூலிலிருந்து தவறிக் கீழே விழுந்த சுதர்ஸன் என்னைப் பார்த்துப் பரிதாபமாக ''விழுந்துட்டேன்'' என்றான் குழந்தைக் குறுஞ்சிரிப்புடன். அவன் நிமிர்ந்து எழவும் அவனை கதவில் சாய்த்தபடி வைத்து - நானும் அவனெதிரில் தரையில் உட்கார்ந்து வரைந்தேன். சாய்ந்திருந்தாலும் இரண்டு கரங்களையும் பக்க பலத்திற்கு பக்கத்திற் கொன்றாக ஊன்றி நெஞ்சை என் வசம் தள்ளி அப்படி ஒரு மகோன்னதப் பார்வை பார்த்தான். கால்கள் நீண்டன. ஷூ அணிந்த பாதங்கள் என்

தொடையில் கிடந்தன. ஒன்றன்மீது ஒன்றாய். என் பணிக்கிடையூறாக வந்து விழுந்த கால்களை மிகப் பதமாகத் தூக்கித் தரையில் வைத்தேன்.

இரண்டு பக்கங்களிலும் ஊன்றியிருந்த கைகள் மெதுவாக விரிய - அவன் இடை முன்னோக்கி நகர, கதவின் பக்கமாய் - வாயில் பக்கம் குழைந்துவிழுந்து - நிமிர்ந்து வாய்க்குள் விரல் விட்டுக் குடைந்தான். குடித்த பிறகு மாமிச வகையறாக்கள் ஏதேனும் உண்டிருப்பான்போல... வயிற்றுக்குள் செல்லாத அதன் மிச்சமீதி ஏதாவது பல்லிடுக்கில் சிக்கித் தொந்தரவாக உறுத்துகிறதுபோல.

விரைவுக் கோட்டோவியமாகச் சமாளித்து சிகை, நெற்றி, புருவங்கள், கண்கள் என வந்துவிட்டேன். பென்ஸில் சித்திரம். உறுதியாக இல்லாமல் அழித்துவிட்டாற்போன்ற கோடுகள்தான் இப்போதைக்கு உதவின. சுதர்ஸன் மேலே பார்த்து ''ஒரு மனிதன் தெருவில எறங்கி நடக்குறப்போ அவங்கையில சிகரெட் சுதந்திரமா புகஞ்சிட்டிருக்கணும்... நீ என்ன நெனக்கிற'' என்று கேட்டான். ''சரிதான்... நான் இப்ப உங்க வாயத்தான் வரைஞ்சிக்கிட்டிருக்கேன். வாயிலேர்ந்து கையை எடுக்கறீங்களா...''

''நான் சாகப்போறண்டா தம்பீ... நான் சாகப் போறேன். நிச்சயமாகத் தெரியும் எனக்கு. இன்னும் ரெண்டு வருசத்துல செத்துருவண்டா'' கண்களிலிருந்து கரகரவென்று நீரொழுகியது சுதர்ஸனுக்கு.

''ஆனா நான் சாகமாட்டேன். எப்பவுமே நான் சாகமாட்டேன்... நீ சாகடிக்க நெனச்சா உன்னைக் கொன்னுடுவேன். ஆமாம், கொன்னுடுவேன். நான் இவ்ளோ நல்லவனா இருக்கேனேன்னு லேசா நெனச்சுடாத... நான் அவ்ளோ பொல்லாதவன்... அனாவசியமா விளை யாட்டு வச்சிக்காத'' அவன் வாயிலிருந்து கையை எடுத்த சில நிமிடங்களில் நான் வாயை ஸ்கெட்ச் செய்தாகிவிட்டது, பேச்சிற்கிடையில் தோராயமாக.

''நான் ஏன் உங்களைக் கொல்ல நெனைக்கணும் சுதர்ஸன். பல வருஷமா பக்கம் பக்கமா இருக்கோம். ரெண்டு தடவ சேந்து குடிச்சிருக்கோம்.''

''என்ன! நீ அவ்ளோ பெரிய குடிகாரனா? என்னய விடவுமா? ராஜபோதை அனுபவிச்சிருக்கியா தம்பி நீ, ராஜ போதை! எப்படியிருக்கும் தெரியுமா?'' சுதர்ஸன் வயிற்றைக் கைகளால் பிடித்து அழுத்தி 'உவ்வே...' என்று முன்னால் தாழ்ந்தான். வாந்தி வராமல் சளி ஒழுகியது. அவன் நிமிர்ந்ததும் தாடையில் வழிந்து சொட்டாகக் கட்டி நின்றது. இப்போது எனக்கேற்றவாறு அவனை மாற்ற நான் முயற்சிக்கவில்லை. அவனைச் சுற்றி அரைவட்டமாக இடம் மாறி மாறி அமர்ந்து முகத்தின் அங்கங்களைக் குறித்தேன்.

''நட்டுவாக்கிளி பார்த்திருக்கிறியா? நல்ல மூத்துன நட்டுவாக்கிளியப் பிடிச்சு... அதோட ஆசன வாயில தீக்குச்ச எரிச்சி சூடுகாட்டணும்...'' 'உவ்வே...' கொஞ்சம் நீர்த்த சளித் திவலை படத்தின் ஓரமாய் விழுந்தது.

கொடியில் தொங்கிய ஏதோ துணியெடுத்து அதை அவசரமாகத் துடைத்தேன். நல்லவேளையாக காகிதத்தின் ஓரத்தில் விழுந்தது.

''அப்ப... சூடுபட்டதும் நட்டுவாக்கிளி என்ன செய்யும்... முழு வீரியத்தோட கொடுக்கத்தூக்கும்... அந்த நேரம் பார்த்து அந்தக் கொடுக்கை கட் பண்ணிக்கணும்.'' இரண்டு தடவைகள் வாந்தியெடுக்கச் சிரமப்பட்ட பிறகு கொஞ்சம் சுதாரித்தவனாக ஒரு சமையல் குறிப்பைச் சொல்கிற தொனியில் விளக்கினான். ''கொடுக்கை கட் பண்ணியாச்சா, அத ஒரு கண்ணாடி கிளாஸ்ல போட்டு கருப்புத் துணியால மூடு... இன்னொரு கிளாஸ அதுமேல இப்படிக் கவுத்து கடுமையான வெயில்ல வைக்கணும். இதோ இப்படிக் கவுத்து வைக்கணும்'' ஒரு கையைக் குவித்து - முனையில் மறுகையின் குவிந்த முனைகளைச் சேர்ந்தான். ''அப்படி மூணு நாள் வைக்கணும். சுக்கா காஞ்சபெறகு அந்தக் கொடுக்கை எடுத்து நல்லா நுணுக்கணும்... ஆச்சா... அந்தத் தூளை சிகரெட் தூளோடு கலந்து அடிக்கணும். போதை விஷம்போல... உள்ளங் கால்லேர்ந்து உச்சந்தலை வரையிலும் கிர்கிர்ணு ஏறும். அப்படிப்பட்ட போதை... மூணு நாள் தூங்கிக்கிட்டிருக்கலாம், சேந்தாப்புல.''

பள்ளிகொண்ட பெருமாளைப்போல நீட்டி நிமிர்ந்து படுத்து கையால் தலையத்தாங்கி - மிக முனைப்புடன் வாய்க்குள் எதையோ தேடினான் சதர்ஸன்.

''அப்படித்தான்... நான் ஒரு தடவ அத அடிச்சிட்டு தூங்கியெழுந்து பார்த்தால் காட்டுக்குள்ள மாட்டிக்கிட்டேன். பெரிய காடு... வழி தெரியாம வசமா மாட்டிக்கிட்டேன். சுத்தி அலைஞ்சேன். தாகமான தாகம். நாக்கு வறளுது. தல சுத்தி வருது. தாகத்துல செத்துடுவேன்போல பயந்து வருது. தண்ணியத் தேடி பல மைல் தூரும் ஓடுனாக்க, அங்க ஒரு ஆறு... அப்பாடான்னு ஆயிருச்சி... தண்ணியவிட்டு முகத்த எடுக்காம ரொம்ப நேரம் குடிச்சேன். ரொம்ப நேரம். குடிச்சி முடிச்சதும் ஒரு சத்தம். அம்மான்னு, நான்தான் கத்தினேன். மாடு கதறுறது போல அம்மான்னு...'' அவன் படக்கென்று எழுந்து சம்மணமிட்டு அமர்ந்து அவன் காட்டிற்குள் கத்திய அம்மா என்னும் சொல் எவ்வளவு சத்தமுடையதாக இருந்ததென்று விளக்கித்தர முனைந்தான்.

''அம்மாாா ஆ ஆ ஆ... அம்மாாா ஆஆஆ... அம்மாாா'' பெருத்த அலறல் கேட்டு தெருநாய்கள் சில கலங்கிக் குரைத்தன. சுதர்ஸன் வாயை மூடி நாய்களால் எரிச்சலுற்றவனாய் ''இதுக்கெல்லாம் ஒரு மருந்து இருக்கு... கருப்பட்டியில கண்ணாடித் தூளைக் கலந்து பெசஞ்சி சின்னச் சின்ன உருண்டைகளாக்கிப் போட்டா, நாய் திண்ணுட்டுச் செத்துரும்... கொஞ்ச நாள் கழிச்சிதான் சாகும்... யார் கொன்னாங்கன்னு கண்டுபிடிக்க முடியாது... அத நாளக்கிச் செஞ்சுதரேன்... நீ நாய்க்குப் போடறியா?''

''ம்... போடறேன்...''

படம் முடிந்துவிட்டது. எளிமையான பென்சில் கோட்டுச் சித்திரம். மூலையில் சுதர்ஸனின் சளி துடைக்கப்பட்ட தடம். படத்தில் பாவம் சரியாக வந்திருப்பதாகத் தோன்றியது. வாய்தான் அவ்வளவு துல்லிய மாக அமையவில்லை. கிட்டத்தட்ட திருப்தியான படம்தான். நாளைக் கான மகிழ்ச்சியாக ஒரு நூறு ரூபாய் கிடைத்தால் போதும். குறைந்த பட்சம் ஐம்பதாவது.

சுதர்ஸன் கதவில் இணக்கமாகச் சாய்ந்து கால்களை அகலமாக விரித்து ''அம்மா'' என்று உரத்துக் குரலெழுப்ப - நான் பாய்ந்து அவன் வாயைப் பொத்தி கத்த வேண்டாமென்று கேட்டுக் கொண்டேன்.

''அப்பதான், அந்த ஆத்துல தண்ணி குடிச்சப்புறம்தான் நான் தண்ணியில நடக்கத் தெரிஞ்சுக்கிட்டேன்... நான் தண்ணியில நடப்பேன் தெரியுமா? நல்லா நடப்பேன்... கொஞ்சம் தண்ணிகொண்டு வா நடந்து காட்டுறேன்... உடனே தண்ணி கொண்டு வா... தண்ணீ தண்ணீ'' குடத்திலிருந்து மொண்டு கொடுத்த நீரை வாயில் ஊற்றி மடக்கென்று ஒரே விழுங்காக விழுங்கினான்.

''சுதர்ஸன்''

''ம்...''

''சுதர்ஸன்'' - உலுக்கியசைத்து அவனை மிகக் கொஞ்சமாக உணர்வுக்கு மீட்டவுடன் கையை வாயில் விட்டுக் கிளறினான்.

''படம் வரைஞ்சி முடிச்சிட்டேன்''

''ம்...''

''நல்லாயிருக்கான்னு பாத்துச் சொல்லுங்க...''

வாயிலிருந்து எடுத்த கையை மூடி என்னிடம் நீட்டினான் சுதர்ஸன். அனிச்சையாகப் பெற்ற என் கையில் ஒரு பல் இருந்தது. கடைவாய்ப் பல்.

இதைப்பிடுங்கத்தான் இவ்வளவு நேரமாய்ப் பாடுபட்டுக் கொண்டிருந்திருப்பான் போலிருக்கிறது. குறட்டையொலியோடு சுதர்ஸன் உறங்கினான். அவனை ஒரு போர்வையில் மூடி விளக்கணைத்து வெளியே வந்தேன். மாடித் தடுப்புச் சுவர் பக்கத்திலிருந்து நான் பலம் கூட்டி எறிந்த பல் விழுந்த இடம் - யாருக்கும் சொந்தமற்ற நிலமாக இருக்குமோ...

வேட்டை

வாசல் வரை வந்து நின்று தயங்கித் திரும்பினார் உஸ்மானி. தளர்ந்த உடலை நாற்காலியில் கிடத்திக் கொண்டு விறகுச் சாம்பல் கிடக்கும் கணப்படுப்பிற்குள் கண்களைச் செலுத்தியிருந்தவனை அவரது அழைப்புக்குரல் சலனப்படுத்தவில்லை.

''பொனாச்சா...''

''----------------''

''மகனே பொனாச்சா''

''----------------''

''சீக்கிரம் வந்துவிடுவேன். வீட்டிலேயே இரு. குடிக்கறதானா கொஞ்சம் சாப்பிட்ட பிறகு குடி, உடம்பு தாங்காது.'' கெட்டுச் சீரழிந்து கொண்டிருக்கிற மகனது உடல் நிலைக்காக வெளிப்பட்ட பெருமூச்சுடன் உஸ்மானி படியிறங்கினார். கொழுத்த புலி மாதிரி திமிராய் அலைந்து கொண்டிருப்பான் பொனாச்சா. சேர்ந்தாற்போல ஒரு மணி நேரம் வீட்டில் நிலைக்குமா அவன் கால்கள். ரத்தம் உறைந்து போகிற இரவுக் குளிரில், அகால நேரங்களில் உறங்குவதற்கு வீடு திரும்புகிறவன். ஒரு நண்பனின் பின்னால் அமர்ந்து பைக்கிலோ, தனித்த நடையிலோ வரும் மகனை எதிர்பார்த்து, உஸ்மானி ஜன்னலைப் பிடித்தபடி நின்றிருப்பார். மகன் தோட்டத்திலிருக்கும்போது சில தடவைகள் அவரும் செல்வ துண்டு. கூலிப் பெண்களுடன் சிரிப்பு அரட்டையுமாயிருப்பான் பொனாச்சா. அப்பாவைக் கண்டதும், கடுகடுப்பாய் வேலை வாங்கு பவன்போல அவர்களை அதட்டுவான். சில நிமிடங்கள் நின்றிருந்து புன்னகை மனதுடன் உஸ்மானி புறப்படுவார். சரிவில் இறங்கி அருவிப்பாலத்தைக் கடப்பதற்கு முன்பாகவே பின்னாலிருந்து வரும் பொனாச்சாவின் பாட்டு. அதிரடியான பேச்சையும் சிரிப்பையும் போன இடம் தெரியாமலாக்கி வீட்டோட முடக்கிவிட்டாயே ராசய்யா, சரிதானா இதெல்லாம். உரித்த ஆட்டுத் தோலாய்த் துவண்டு கிடக்கிறான் என் மகன்.

சூரியன் மேகத்துள் சோம்பியிருந்தான். காலையின் மங்கலான வெளிச் சத்தோடு மலைச் சரிவுகளின் செழுமையை இன்னும் போர்த்தியிருந்தது பனி. கணுக்கால்வரை தொளதொளப்பாய் நடையில் அசைந்தது கருப்பு கூர்க் உடை. விழா நாட்களில் மட்டுமே அணிப் படுவதால் படிந்து போன பீரோ வாசனை. தோளிலிருந்து குறுக்கே தொங்கிய சங்கிலியின் இடுப்பு முடிச்சில் இணைக்கப்பட்டிருந்த குறுவாளின் கைப்பிடி சற்று

துருவேறியிருந்தது. நினைவாய் எடுத்து வைத்திருந்த ரப்பர் பையைத் தொட்டுப் பார்த்துக்கொண்டார். வந்து உரசி முதுமையைச் சீண்டிப் பார்க்கும் குளிருக்கு மார்போடு கைகளை அணைத்து மெதுவாக நடந்துக் கொண்டிருந்தார். வழியின் இருபுறமும் மண்டிக்கிடந்த ஊதா மலர்கள் நடையைத் தடைப்படுத்திற்று. நேற்றிருந்ததைவிட இன்று அதிகம். அடுத்த நாட்களில் இலைகளே தெரியாமல் பெருகும் போலிருக்கிறது. இதுதானே பருவம். பொனாச்சாவின் அம்மா இருந்தால் இவைகள் காவேரியம்மனுக்கு மாலையாகும். குளிருக்கெல்லாம் பயப்படாமல் பூப்பறிக்கவென்றே வெயில் வருமுன் எழுந்துவிடுவாள். இரவு யாருக் கும் தெரியாமல் மலர்ந்த பூக்களை விடியலில் பார்க்கிற சந்தோஷத்தை அனுபவிக்கத் தெரிந்திருந்தது. பொனாச்சா சிறுவனாக இருந்தபோது இந்தப் பூக்களை அவனுக்குச் சூட்டி, சிறுமிகளின் உடையை இரவல் பெற்று அணிவித்து - ஒரு பெண் குழந்தையைப் போன்ற ஒப்பனையில் போட்டோ எடுத்து வைத்திருந்தாள்.

தூரத்திலிருந்தே மண்டபத்தின் முகப்பிலுள்ள 'அப்பர் கோடவா சமாஜ்' எனும் வார்த்தைகள் வெளிறியும் சில எழுத்துக்கள் அழிந்தும் தெரிந்தன. யார் கண்டுகொள்கிறார்கள் இதையெல்லாம். கூர்க் ஆச்சாரப் படி நடப்பவன் எவனைப் பார்க்க முடிகிறது. சண்டை சச்சரவின் போது ஒருத்தருக்கொருத்தர் வெட்டிக்கொள்ளும்போதுதான் மூதாதை களின் வேட்டைப் புத்தி தெரிகிறது. மற்றபடி நிஜ கூர்க் என்று எவனு மில்லை. கல்யாணம் கருமாதின்னு வரும்போது செய்கிற சடங்குகளெல்லாம்கூட கொஞ்ச நாளைக்குத்தான். பிள்ளைகளை வெளிநாடு, வெளி மாநிலம்னு படிக்க அனுப்பிவிடுகிறார்கள். அதுகள் படிக்கப்போனபோது கத்துக் கிட்ட பழக்கத்தையெல்லாம் இங்கேயும் நடத்த ஆரம்பிச்சாச்சு. எதுவானாலும் ராசையா, இந்த மடிக்கேரி மண்ணில் கூர்க்கா பொறந்த ஒருவன் எந்த நிலையிலேயும் வாக்குத் தவறக் கூடாது.

வெளியே பறையடிப்பவர்களைச் சுற்றி ஆடிக்கொண்டிருந்தது சிறு கூட்டம். அவ்வப்போது துந்துபியொத்த இசைக்கருவியிலிருந்து பிளிறிய ஓசை மேலும் அவர்களை உற்சாகப்படுத்தியது. புதுப்புது மனிதர்களாய் பலர் வாசலருகே நின்று ஆடுபவர்களைப் பார்த்திருந்தார்கள். வெளியாட்கள். மாப்பிள்ளை உறவுகளாயிருக்கலாம். உஸ்மானி நுழைவுத் தோரணத்தைத் தாண்டும்போது ஓட்டமும் நடையுமாக வந்து எதிர்கொண்டார் ராசையா.

குனிந்து உஸ்மானியின் பாதங்களை மூன்று முறை தொட்டு நெஞ்சில் ஒற்றிக்கொள்ள, தன் இடதுகையை மார்பில் வைத்து மேலே முகமுயர்த்தி ராசையாவின் சிரத்திற்குமேல் நீண்ட வலக்கரத்தால் ஆசீர்வதித்தார் உஸ்மானி. பவ்யமாக உள்ளே அழைத்துச் செல்லப்படுகையில் ராசையா வின் கருப்பு அங்கியை உரிமையுடன், சரிப்படுத்திவிட்டு ''எல்லாம் முறைப்படிதானே ராசையா'' என்றார் லேசான அதிகாரத் தோரணையில்.

''ஆமாம். ஷகீலாவிற்கு இதிலெல்லாம் நம்பிக்கையில்லை. நான் தான் சொல்லிப் புரியவச்சேன். சிறுசுகள் சொல்லுதேன்னு வம்ச பழக்கத்தையெல்லாம் விட முடியுமா...''

''விடக்கூடாது ராசையா. கூடாது. ரொம்ப காலம் வெளியே போய் படிச்சவள்ளே, மாறிப்போய்ட்டாள். எவனையோ இழுத்துக்கிட்டு வராம ஒரு 'கூர்க்'கா பாத்து காதலிச்சாளே - அதுவரைக்கும் சந்தோஷம்.''

விஸ்தாரமான ஹாலில் வரிசையில் அமைந்திருந்த இருக்கைகளில் ஒன்றில் உஸ்மானி அமர்ந்தார். அருகில் உட்கார்ந்திருந்தவர்களை நோட்டமிட்டு - மெலிதான புன்னகையில் இதழ்கள் விரிய நரைபுருவத்தை நீவிவிட்டுக் கொண்டார்.

கூட்டம் சேர ஆரம்பித்திருந்தது. திடீரென்று எழும் உரத்த சிரிப்புகளும் பரபரப்பாய் வேலை ஏவும் சப்தமும் கூடமெங்கும். வண்ணக் காகித ஜோடனை நேர்த்தியை குழந்தைகள் ரகசியமாகப் பிய்த்துப் பார்த்து சிதைத்தார்கள். வெளியிலிருந்து வந்த தாளகதிக்கு உள்ளேயும் சிலர் சேர்ந்து ஆடத்தொடங்கினார்கள். இருவர் இணைசேர்ந்து ஆடும் போட்டி ஆட்டத்தில் ஒருவர் சட்டென்று நடன அசைவை மாற்றினால் சேர்ந்து ஆடுபவரும் நொடியும் தாமதமின்றி ஆட்டத்தை அதேபோல் மாற்றியாக வேண்டும். ஆணும் பெண்ணுமாய் ஆடும்போது தோற்றுப் போய் அசடுவழிபவர்கள் அனேகமாக ஆண்களாகத்தான் இருக்கிறார்கள். தோற்ற ஆண்மகன் வெட்கி அந்த இடத்தைவிட்டு நகரும்படிக்கு கிண்டலால் துரத்துபவர்கள் பெண்கள். பிறழ்ந்தும் முறை தவறியும் ஆடப்படும் நடனத்தை வெறுப்புடன் பார்த்துக்கொண்டிருந்த உஸ்மானிக்கு அருகே பினு வந்து நின்று மண்டியிட்டாள். எழுந்து நின்று ஆசி வழங்கி பக்கத்து இருக்கையைக் காட்டினார். மறுத்து தரையிலேயே காலருகில் உட்கார்ந்த தங்கையின் சிரத்தை பரிவுடன் தொட்டன விரல்கள்.

''ரொம்ப நாளாச்சு உன்னைப் பார்த்து...ம், சௌக்கியம்தானே. நீயும் கிழவியாயிட்டு வரே போலிருக்கு. தலையில் பாதி நரைச்சாச்சு. ராசையாவிற்கு அக்கா மாதிரியிருக்கே'' அண்ணனுக்கு மட்டும் கேட்கும் மெதுவான குரலில், ''நீங்க கல்யாணத்துக்கு வர மாட்டீங்கன்னு நெனச்சேன்'' என்றாள். உஸ்மானி சற்றுக் குனிந்து செவிமடுத்துக் கொண்டார்.

''அப்படியெல்லாம் ஏன் நினைக்கிற பினு. யார் வராவிட்டாலும் நான் வராமல் இருக்க முடியுமா? நாம் எதிர்பார்க்கிறபடியா எல்லாம் நடக்குது. யாரைக் குத்தம் சொல்றது இதுக்கெல்லாம்... சரிதான்னு ஏத்துக்க வேண்டியதுதான்.'' பினுவின் கண்களிலிருந்து நீர் உதிர்வதைக்கண்டு பதட்டமாய் ''அழாதே! அழாதே பினு. பொண்ணுக்கு அம்மா நீ. யாரும் பாத்துடப் போறாங்க, நீ என்ன செய்வே பாவம். உம்மேலே எனக்கொண்ணும் வருத்தமில்லே. வருத்தப்பட்டிருந்தா இங்கே வந்து

உட்கார்ந்திருப்பேனா. ஷகிலாக்குட்டிக்கு இது சந்தோஷம்னா எனக்கும் தான்.'' கனிந்து குழைந்தது குரல்தொனி. தலை மூடிய துணியை இழுத்து பினு கண்களையும் முகத்தையும் துடைத்துக்கொண்டாள்.

''பொனாச்சா எப்படியிருக்கான்.''

''கொஞ்ம் நாளானா எல்லாம் சரியாகும்.''

''சின்ன வயசிலேர்ந்து சொல்லிச்சொல்லி வளர்த்துவிட்டு இப்போது இப்படி முடியுதுன்னா எவ்வளவு வேதனைப்பட்டிருப்பான். காதலிச்ச வனை கல்யாணம் பண்ணலேன்னா செத்துப்போவேன்னு மிரட்டுகிறாள் அண்ணா இவள். திமிர். ரொம்பப் படிக்க வச்சிட்டோம் பாருங்க அந்தத் திமிருதான்.''

''அவளைத் திட்டாதே. அப்போதெல்லாம் ராசையா கூடத்தான் ஷகிலாவை பொனாச்சாவிற்காகத்தான் பெத்திருக்கேன்னு அடிக்கடி சொல்லிட்டிருப்பான். அவனே சம்மதப்பட்டு செய்யும்போது நீ என்ன பண்ண முடியும்... சரி போகட்டும். மாப்பிள்ளைப் பையன் யாருன்னு தெரியலையே. இன்னும் மண்டபத்துக்கு அழைத்து வரவில்லையா...''

வெளியே ஆட்டக்காரர் மத்தியில் மதுப்புட்டியுடன் தள்ளாடுபவனை பார்வையில் சுட்டினாள்.

''பெரிய வசதிக்காரனோ...''

''அவங்கப்பா துணிமில் வச்சிருக்காருண்ணா.''

''சரிதான்! நான் வீட்லேர்ந்து இவ்வளவு தூரம் நடந்தே வரேன். என் வீட்டுக்கு வந்தா என் மருமகளும் இப்படித்தான் இருக்கணும்... பணக்காரனாக் கெடச்சது ஷகிலாவுக்குப் பாக்கியம்.''

மீண்டும் கண்களில் நீர் துளிர்க்க, ''என்னை மன்னிச்சுடுங்கண்ணா'' என்றாள் பினு. ''மன்னிக்கறதாவது! எங்கேர்ந்து கத்துக்கிட்ட இப்படி யெல்லாம் பேச. சரி எழுந்துபோ. போய் ஆகவேண்டியதைப்பாரு. நான் இருந்து நெறயக் குடிச்சிட்டு தின்னுட்டுதான் போவேன். பை கொண்டு வந்திருக்கேன் பாத்துக்க...'' எடுத்து வந்திருந்த ரப்பர் பிளாடரை வெளியே உருவிக் காண்பித்ததும் அமைதியாகச் சிரித்து பினு அகன்றாள்.

உஸ்மானி எழுந்து மறைவாக கழிப்பறைப் பக்கம் சென்று ரப்பர் பிளாடரை தொடையிடுக்கில் சரியாகப் பொருத்திக்கொண்டு வந்தார். அழகான பெரிய டிரேக்களில் விஸ்கி நிரம்பிய கண்ணாடிக் குவளை களைச் சுமந்து வரிசையாக விநியோகித்து வந்தார்கள். ததும்பி தரை விரிப்பில் தெறித்தது மது. சிறுக சிறுக சுவைத்துப் பருகினார் உஸ்மான். பெண்களிடமும் சிறு பிள்ளைகளிடத்தும் விநியோகம் கொஞ்சம் தாராளமாகவே. தேவைப்பட்டுக் கேட்பவர்களுக்கு மட்டும் சிகரெட். கல்யாணத்திற்காக நாற்பதாயிரம் ரூபாய்க்கு மதுவகைகளை

பெங்களூரில் இருந்து ராசையா வாங்கி வந்திருப்பதாக பக்கத்திலிருந்தவர்கள் பேசிக்கொண்டார்கள். வியப்பு மேலீட்டால் உஸ்மானி மேலும் இரண்டு குவளைகள் பெற்றுப் பருகினார். சிறிது நேரத்தில் சிறுநீருக்காக பொருத்தப்பட்ட பை லேசாக மேடிட்டிருந்தது உடைக்குள்.

பிடித்து வைத்திருந்த காவேரியம்மனுக்கு சில பெரிய உயர்ரக மதுப்புட்டிகளை வைத்து வணங்கி வாளை உயர்த்தி சில சம்பிரதாய வார்த்தைகளை உச்சரித்து முடிந்ததும் - மணமக்களை எதிரெதிரே இருந்த இரண்டு தனியறைகளுக்கு அலங்கரிப்பதற்காக அழைத்துச் சென்றனர். கூட மத்தியில் ஒரு பீப்பாயை வைத்து அனைத்துவகை மதுவையும் கலந்து காக்டெயில் தயாரிக்கும் வேலை நடந்துகொண்டிருந்தது. குடியில் மயங்கி விழுந்த தம் சிறார்களை அம்மாக்கள் தூக்கிச்சென்று யாருக்கும் இடையூறு இல்லாதபடி சுவரோரங்களில் கிடத்தினர். போதை உந்த அனாயாசமாய் நடனமாடும் தங்கள் பிள்ளைகளை வாத்ஸல்யத்துடன் மகிழ்ந்து பார்த்தனர் சிலர்.

வெளியே இசைத்துக் கொண்டிருந்தவர்களில் ஒருவன் பையில் ஐந்து ரூபாய் தாளொன்றைத் திணித்து - அவருக்கு இஷ்டமான இசைலயத்தைச் சொல்லிக் கொடுத்து அவர்கள் அதை வாசிப்பது கேட்டு உஸ்மானியும் நடனமாடினார். தவறாக ஆடியவர்களிடம் சொன்னார். ''பார்த்துக் கொள்ளுங்கள்! இதுதான் கூர்க் நடனம், இப்படித்தான் ஆட வேண்டும்.'' உடை வியர்வையில் நனைய ஆட்ட முனைப்பிலிருந்தவரை பெண் பிள்ளைக்கு மருதாணியிட வேண்டுமென்று ராசையா உள்ளே அழைத்துப் போனார்.

அலங்காரம் பூர்த்தியாகி மாப்பிள்ளையும் பெண்ணும் அருகருகே அமர்த்தப்பட்டிருந்தார்கள். எதிரே வெள்ளித்தட்டில் குழைந்த மருதாணி. கூடவே நிறைய ஒடித்த ஈர்க்குச்சிகளும். ஒவ்வொருத்தராக குச்சியில் மருதாணியைத் தொட்டெடுத்து மணமக்களின் உள்ளங் கைகளில் வாழ்த்துக்களோடு பதித்தார்கள். ஷகிலாவின் தோழி குச்சியின் ஒரு முனையை பல்லில் கடித்து கூராக்கிக்கொண்டு மருதாணியைத் தொட்டு மணமகனின் கையில் கொஞ்சம் பலமாக அழுத்தினாள். சுருக்கென்ற வலியில் புன்னகையுடன் பார்த்தான் அவன். ''இது போதாது, சஷீவ் கிட்டே ஹேர்பின் கொடுத்து மருதாணியை வைக்கச் சொல்லவா...'' காதலன் காதில் சன்னமாகக் கிசுகிசுத்தாள் ஷகிலா. இருவருக்கும் மருதாணியிடுகையில் ''ஒரு கூர்க் தம்பதிகளா வாழணும் மக்களே...'' என வாழ்த்தி வந்து மீண்டும் உஸ்மானி மதுவைத் தொடர்ந்தார். கையை விரித்து மணமகன் அமர்ந்திருந்த இடத்தில் ஒரு கணம் பொனச்சா இருந்து மறைந்தான்.

திரையில் ஓங்கி வீசப்பட்ட பாட்டில் உடைந்து சிதறி கூடமெங்கும்

களாய்க் கீழிறங்கின. உறக்கத்திலிருந்த உஸ்மானி பதறியெழுந்து பார்த்தார். வியர்த்து மூச்சிரைக்க தரையைப் பார்த்துக்கொண்டிருந்தான் பொனாச்சா. கண்ணாடிச் சில்லுகளின்மீது கால்பட்டுவிடாமல் அணைத்து மகனை நாற்காலிக்குள் அழுத்தினார். ''கொஞ்சம் சாந்தமாயிரு பொனாச்சா! வளர்ந்த பையனில்லே... அமைதியாயிரு. இப்படியெல்லாம் செய்யலாமா நீ'' தரையில் கிடந்த பாதி உடைந்த பாட்டிலை எடுத்து ஆவேசங்கொண்டவனாய் எரிந்துகொண்டிருந்த கணப்படுப்பிற்குள் எறிந்தான். உஸ்மானி இறுக்கமாய் அணைத்துக் கொண்டு ஆதரவாய்ப் பேசினார். பேச்சிடையில் குரல் கம்மியது. ''இப்படிச் செய்வதையெல்லாம் நிறுத்திவிடு மகனே. சித்ரவதை யாயிருக்கு எனக்கு. அவள் மட்டும்தானா பெண். அவள் இல்லாவிட்டால் இன்னொருத்தி. இவ்வளவுதான் விஷயம். உன்னை சிதைத்துக்கொள் வதால் என்ன நடந்துவிடப்போகிறது. நான் இன்னும் சாகவில்லையடா பொனாச்சா, அவளைவிடவும் அற்புதமான பெண்ணொருத்தியை உனக்குக் கொண்டு வருவேன். மனசை அலட்டிக் கொள்ளாமல் அவளை மறக்கத்தான் வேணும் நீ.'' அலமாரியிலிருந்து ஒரு புதிய பாட்டிலை எடுத்துத் திறந்து டம்ளரின் விளிம்புவரை ஊற்றி பொனாச்சாவின் அதரத்தில் பதித்தார்.

மாப்பிள்ளை பெண்ணுக்கு கருகமணி கட்டியாயிற்று. இருவரையும் ஒன்றாய் உட்காரவைத்து கழுத்திலிருந்து முழங்கால்களை மறைக்கும் விதமாக பட்டுத்துணியைக் கட்டினார்கள். அருகிலேயே பெரிய பாத்திரத் தில் அரிசி. ஆண்களுக்கும் பெண்களுக்கும் தனித்தனியே வரிசையமைந் தது. வரிசையில் வருபவர்கள் பாத்திரத்திலிருந்து எடுத்த கொஞ்சம் அரிசியை மணமக்களின் பட்டு விரிப்பிலிட்ட பிறகு அன்பளிப்புகளைக் கொடுத்துச் சென்றனர். உஸ்மானியின் முறை வரும்போது தன் மோதிரத் தைக் கழற்றி மணமகனுக்கு அணிவித்தார். தன் விரலுக்குப் பொருந் தாமல் பெரிதாயிருந்த தங்க மோதிரம் கழன்று விழாமலிருக்க மணமகன் கையை மூடிக்கொண்டான்.

விருந்தில் பன்றியிறைச்சியும் காக்டெயில் மதுவும் பரிமாறப்பட்டன. கூடுதலாக பருப்பு நீரும் கோதுமைரொட்டியும். எதிர்வரிசையில் அமர்ந்து சாப்பிட்டுக் கொண்டிருந்த ஷகிலாவிடம் - மணமகனுக்கு இறைச்சி ஊட்டிவிடச் சொல்லி ஜாடை செய்து உஸ்மானி பலமாகச் சிரித்தார். சிரிப்பின் வேகத்தில் வாயிலிருந்து இறைச்சித் துணுக்குகள் வெளிவந்து விழுந்தன. பக்கத்தில் சாப்பிட்டுக்கொண்டிருந்தவனை உடைக்குள் உப்பிப் பருத்திருந்த தன் சிறுநீர்ப்பையை தொட்டுப் பார்க்கச் சொல்லி ஆனந்தப்பட்டுக்கொண்டார். குடித்தவர்கள் போதையிறங்கி சாப்பிட வேண்டுமென்பதற்காக கொண்டுவந்து வைக்கப்பட்ட டிகாக்ஷன் டீயிலும் ஒரு குவளை குடித்துவைத்தார் உஸ்மானி.

தகப்பனிடமிருந்து டம்ளரைப் பெற்று ஒரே மூச்சில் காலி செய்து

டம்ளரைக் கீழே வைப்பதற்குக் குனிந்தவன் - அப்படியே முழங்கால்களிடையில் முகத்தை மறைத்துக்கொண்டு குலுங்கியழுதான். செய்வதறியாது திகைத்துப் போனார் உஸ்மானி. அவரும் கண்கலங்கி வார்த்தைகளற்று பொனாச்சாவின் அதிரும் முதுகைத் தடவியபடியிருந்தார். இரவுகளில் இதைப்போல ஏதாவது நடந்து கொண்டுதான் இருக்கிறது - ஷகிலாவின் திருமணம் நிச்சயிக்கப்பட்டதிலிருந்து. ''அவள் உன்னைக் காதலிக்கவில்லையே, நீதானே அவளை விரும்பிக் கொண்டிருந்தாய். நீ அழுகின்ற பாவம் அவளைத்தொட வேண்டாம். போகட்டும் விடு. போகிற இடத்தில் நல்லா இருக்கட்டும்...'' ஒரு பாம்பைப்போல சட்டென்று தலை நிமிர்த்திப் பார்த்தான் பொனாச்சா. ''இருக்கட்டும். சந்தோஷமா இருக்கட்டும். நான் இதே ஊர்லே இருக்க முடியாது. இருக்கறதை வித்துட்டு நாம எங்கேயாவது போயிடலாம்...'' ஒரு துணியைச் சுருட்டி கையில் வைத்துக்கொண்டு தரையில் கிடந்த பாட்டில் சிதறல்களை உஸ்மானி ஒன்று சேர்த்தார்.

''கொஞ்சம் யோசித்துப் பேசுகிறாயா நீ. ஆறு ஏழு தலைமுறைகளாக வாழ்ந்த இடத்தைவிட்டு ஒரு பெண்ணுக்காகப் போய்விடமுடியுமா... என்னைப்போல இல்லாவிட்டாலும் நீ ஒருகோழையாக மாறாமல் இருக்கணும்.''

''இங்கே யார் இருக்கா உங்களுக்கு. யாருக்கும் நாம தேவைப்படலே. எல்லோருக்கும் பணம் இருந்தா போதும். எம்மேலே நம்பிக்கையிருந்தா என்னோட புறப்பட்டு வாங்க. இனிமேலும் நான் இங்கே இருந்தால் பைத்தியம் பிடிச்சிதான் சாக வேண்டியிருக்கும்.''

நொடியில் சினம் கௌவிக்கொள்ள நின்றபடி உஸ்மானி முறைத்தார். சிவப்பேறின விழிகள். ''இது உன் பேச்சுதானா பொனாச்சா!பொத்திப் பொத்தி வளர்த்து உன்னை ஒருபெண் பிள்ளையாக்கிட்டனோன்னு சந்தேகமா இருக்கு. தேவைக்கதிகமா கவலைப்படுறே ஒன்றுமில்லாத காரியத்துக்கெல்லாம். வம்ச கௌவத்தையும் பொருட்படுத்தாம ஒருத்திக்காக ஓடிப்போயிடலாம்னு சொல்றவன் 'கூர்க்'கா இருக்க முடியாது. உனக்கு விருப்பமிருந்தா சொல்லு. இந்த இரவே செத்துப் போறேன். நான் செத்தபிறகு நீ எங்கே வேண்டுமானாலும் போ...'' பக்கத்திலமர்ந்து மகன் தோளைப்பற்றி மடியில் சாய்த்துக் கொண்டார்.

''இன்னும் குழந்தையாகவே இருக்கிறாயே மகனே. உனக்கு ஏன் பைத்தியம் பிடிக்கணும், ஏன் சாகணும். உனக்காகத்தானே என்னைக் காப்பாத்திட்டு இருக்கேன். மனம் பொறுக்கலைடா எனக்கு, சாகற அளவுக்கா துணிஞ்சிருக்கே. போயிடலாம். எங்கே போகலாம்னு நெனக்கறயோ அங்கே போயிடலாம். உன்னைவிட முக்கியமானது எனக்கு என்ன இருக்கு. போயிட வேண்டியதுதான்... தூங்கு அமைதியா. தூங்கிடு பொனாச்சா. எல்லாம் நல்லபடியாகும்.'' ஆஜானுபாகுவான தன் மகனை வெகுநேரம் தட்டிக்கொண்டிருந்துவிட்டு விளக்கை

அணைத்தார். ஜன்னலைத் திறந்ததும் குப்பென்று முகத்திலறைந்தது குளிர். தூரத்து மலைமுகடுகளின் விளிம்புகள் லேசாகத்தெரிந்தன. ரேடியோ நிலைய கோபுரத்தின் உச்ச விளக்கு பனியில் மறைந்து மங்கலான செம்புள்ளியாயிருந்தது.

பிரத்தியகேமாக அமைக்கப்பட்ட விளக்குகளின் பிரகாசத்திற்கு இருள் சற்றுத் தொலைவே ஒதுங்கிக்கொண்டது. மதுமகிமையில் குளிர் உறைக்கவில்லை யாருக்கும். இடைவிடாத ஆட்டத்தில் போதை விலகியவர்கள் உள்ளே சென்று ஊற்றிக்கொண்டு வந்தார்கள். இதற்காக உள்ளே செல்வது அசௌகரியமாகப்பட்டதால் வெளியே கொண்டு வரப்பட்டது பீப்பாய். விளக்கிலிருந்து தவறி விழுந்த வெட்டுக்கிளி யொன்று மதுவிற்குள் தத்தளித்தது. ஐம்பது அடி தொலைவில் மண்டபத்தைப் பார்த்தபடி ஷகிலா நிறுத்தி வைக்கப்பட்டாள். பாதி நிரம்பிய பன்னீர்ப் பானையை தலையில் வைத்துப் பிடித்திருந்தாள். பானைக்குள் ரோஜா இதழ்கள் மிதந்தன.

அவள் பின்னால் தோழி சஷீவ். ஷகிலாவிற்கு எதிர்ப்புறமாய் மூன்றடி தூரத்தில் மணமகனின் தம்பி ஆர்ப்பாட்டமாய் ஆடிக்கொண்டிருந்தான். அருகிலேயே அவன் அம்மா, மகனுக்கு ஆட்டக் கிளர்ச்சி குன்றிவிடா திருக்க சரியான விகிதத்தில் மது கலந்து கொடுத்துக் கொண்டிருந்தாள். வேகம் மிஞ்சிப்போய் இரண்டொருதரம் ஷகிலாவின் மேல் விழத்தெரியவே ஷகிலாவிற்கு முன்னால் சஷீவ் நின்றுகொண்டாள். மாப்பிள்ளைத் தம்பியின் பெயரைக்கேட்டுத் தெரிந்துகொண்டு, ''விடாதே சுகிர்த்! ஒரு அடிகூட விட்டுக்கொடுக்காதே. அவள் உள்ளே நுழைந்துவிட்டால் உன்னையும் உன் அண்ணனையும் பிரித்துவிடுவாள் விடாதே'' உரக்கச் சத்தமிட்டார் உஸ்மானி. நேரம் கடந்துகொண்டி ருந்தது. ஒரே இடத்தில் - உச்ச வெறியில் களைப்படையாமல் ஆடிக் கொண்டிருந்தான். சில தடவைகள் சஷீவின் மேலே விழுந்தான். மேலே விழுந்தவனை நகைப்புடன் விலக்கி நிற்க வைத்தாள் சஷீவ். சுகிர்த் சீக்கிரம் வீழ்ந்து ஷகிலா உள்ளே போவதற்காக காட்டமான மதுவை பெண்வீட்டார் கொண்டு வந்து கொடுத்தார்கள். சுகிர்த் அதை தட்டி விட்டு பக்கத்திலிருந்தவனைப் பிடித்து அவனிடத்தில் நிற்க வைத்தான். ''இங்கேயே நின்று ஆடிக் கொண்டிரு, வந்துவிடுகிறேன்'' என்று சொல்லி அவனுக்குத் தேவையானதை தேவையான கலவையில் பருகி வந்து - இடத்தைப் பெற்றுக்கொண்டு ஆடினான். தலையின் பானைச் சுமையில் நெளிந்தாள் ஷகிலா. சஷீவிடம் கேட்டான் சுகிர்த். ''ஒரு முத்தம் தருகிறாயா, இரண்டடி வழிவிடுகிறேன்.''

''இரண்டடி வேண்டாம். பத்தடி விட்டுக்கொடுக்கிறாயா?'' சஷிவிடமிருந்து கன்னத்தில் ஒரு முத்தம் பெற்றுக்கொண்டு பின்னால் சென்று ஆடினான். பெண்ணும் தோழியும் பத்தடி முன்னேறினார்கள். கிண்டலும் சிரிப்புமாய் உஸ்மானி இரைந்தார். ''அடே சுகிர்த் மடையா

ஒரு முத்தத்துக்குப் பத்தடி தூரமா. இது அநியாயம்...''

''என்னையும் அண்ணனையும் பிரித்துவிடுவாயா நீ? மாட்டேன் என்று சொல், ஐந்தடி வழிவிடுகிறேன்...'' ஷகிலா பத்தடி வேண்டுமென்றாள்.

சுகிர்த் ஆட்டத்திலேயே தலையாட்டி மறுத்தான்.

''முடியாது ஐந்தடிதான்.''

''சரி பிரித்துவிடமாட்டேன் உங்களை'' என்று ஷகிலா ஒத்துக் கொள்ளவும், சுகிர்த் ஐந்தடி பின்னகர்ந்தான். சஷீவ், அவள் கன்னத்தைக் கிள்ளிப்பார்க்க அனுமதித்ததற்காகவும் - அவன் அழகைப் புகழ்ந்ததற் காகவும் மேலும் சில அடிகள் சலுகை கொடுத்தான்.

மண்டபத்திற்குச் சுமார் இருபதடி தூரம் நெருங்கிய பிறகு எந்த சமரசத்திற்கும் கட்டுப்படாமல் ஆட்டத்தில் தீவிரமானான். அவனாக மனமிரங்கி வழிகொடுத்தால்தான் ஆயிற்று என்ற நிலையில் - அசைவு புலப்படாமல் காற்பெருவிரலால் ஷகிலா ரகஸியமாக முன்வந்து கொண்டிருந்தாள். சற்றுத் தள்ளி கரகோஷங்கள் நடுவில் ஆடிக் கொண்டிருந்த மாப்பிள்ளை அங்கிருந்தபடியே கூச்சலிட்டான். ''நகர் கிறாள் பார் சுகிர்த்! அவ்வளவு சீக்கிரம் விட்டுவிடாதே!'' பறையோசை யால் அவன்சொல்வது சரியாகக் கேட்காமல், அண்ணன் விட்டுக் கொடுக்கச் சொல்கிறான் எனக்கருதிய சுகிர்த் ''முடியாது!'' என்றலறி னான். சுகிர்த்தை விரைவில் படுக்கவைக்க பெண்வீட்டாரும் - இன்னும் நீண்டநேரம் பெண்ணைத் தடுத்து வைப்பதற்காக மாப்பிள்ளை வீட்டாரும் அவரவர் வழிகளில் முயற்சித்துக் கொண்டிருந்தனர்.

சாக்கடையில் விழுந்துவிட்ட மாப்பிள்ளையின் நண்பன் ஒருவனுக்கு போதை தெளிவதற்கான சிச்ருஷைகளைச் செய்துவிட்டு சிறுநீர்ப்பை அசைய நடந்துவந்த உஸ்மானி ''போகட்டும் விடு. எவ்வளவு நேரம்தான் தலையில் பானையுடன் நிற்பாள் பாவம்'' என்றார். மேலும் சக்தியேற ஆடிக்கொண்டிருப்பவனின் காதுகளில் அவர் சொன்னது விழவில்லை. அவன் அம்மாவிடம் அவனுக்கு மிகப் பிடித்த மதுவின் பெயரைச் சொல்லி அதைக் கொண்டு வரும்படி ஏவினான். சென்று கொண்டிருக்கும் அவளுக்குக் கேட்க வேண்டும் என்பதற்காக அவனறியாமல் பக்கவாட் டில் ஓரடி விலகி ''கிளாஸில் ஊற்ற வேண்டாம் - பாட்டிலைத் திறந்து அப்படியே எடுத்துவா'' என்று சொல்லி முடிப்பதற்குள் பெண்ணும் தோழியும் அவனைக் கடந்து பாய்ச்சலாய் உள்ளே ஓடினார்கள்.

அமர்ந்தபடியே பொனாச்சா வெளிக்கிளம்ப ஆயத்தமாகிக் கொண்டி ருந்த தந்தையை வெறித்துப் பார்த்தான். ஸ்வெட்டர் கைகளிலிருந்து கையை எடுத்து நெஞ்சோடு சேர்த்திருந்தான். தோளின் இருபுறமும் ஸ்வெட்டரின் நீள் கைகள் கூடாய்த்தொங்கி அசைந்தன.

''நீங்கள் போகத்தான் வேண்டுமா?'' அந்தப் பலகீனமான கேள்வி

ஸ்வெட்டரின் நீள் கைகள் கூடாய்த்தொங்கி அசைந்தன.

''நீங்கள் போகத்தான் வேண்டுமா?'' அந்தப் பலகீனமான கேள்வி பதில் கொண்டு வரவில்லை. ஸ்வெட்டருக்குள் கைகளைத் திணித்துக் கொண்டு உள்ளங்கைகளைத் தேய்த்துக் கன்னத்தில் வைத்துக்கொண்டான். விழி சிவந்து வெளுத்திருந்தது முகம். உதட்டில் தோல் வெடிப்புகளை நாவால் தடவிக்கொண்டான்.

''அந்தக் கல்யாணத்திற்கு நீங்கள் போக வேண்டாம். அது உங்கள் மகனுக்கு நடக்க வேண்டிய கல்யாணம்'' மரபான கருப்பு உடை அணிந்து தோற்சங்கிலியைப் பொருத்திக் கொண்டிருந்தார் உஸ்மானி.

''உங்களுக்கு நான் வேண்டுமென்றால் போகவேண்டாம். உங்கள் தங்கை மகள் திருமணம்தான் முக்கியமென்றால் தாராளமாகப் போய்க் கொள்ளலாம்'' உஸ்மானி அந்த தீர்க்கமான எச்சரிக்கைக்காக புன்னகைத்தார். கண்ணாடிமுன் நின்று ஏதாவது விட்டுப் போயிருக்கிறதாவென சரிபார்த்துக்கொண்டார். நீட்டிய சுட்டுவிரல் கோபத்தில் நடுங்க கண்ணாடிக்குள்ளிருந்து மகன் பேசினான், ''நீங்கள் திரும்பி வரும்போது நான் இங்கே இருக்கமாட்டேன்...'' கடைசியாக தன் ரப்பர் பையைத் தேடுவதில் முனைந்தார். விழாக்காலங்களில் அதிகம் குடிக்க நேரும் போது அது இல்லாமல் முடிவதில்லை. மேசை இழுப்பறையிலிருந்ததை உடைக்குள் வைத்துக்கொண்டு - முதுகின் பின்னே துளைக்கும் பார்வைக்கு எதிர்வினை எதுவும் காட்டாமல் வாசலை நோக்கி நடந்தார். கம்பீரமாயிருந்தது நடை.

உஸ்மானி, முடிந்தவரையில் குடித்தும் - நடனமாடியும் அயர்ந்து நின்றிருந்தார். தள்ளாட்டத்தை மறைப்பது சிரமமாயிருந்தது. இளவட்டங்களெல்லாம் இன்னும் ஆடிக்கொண்டுதானிருந்தனர். எப்படி மிதமாகப் பருகி போதையைத் தக்கவைத்துக்கொள்ள வேண்டுமென்பதில் பெண்கள் தேர்ந்திருந்தனர். சரிந்த ஆண்களைச் சுட்டிக்காட்டி பெண்கள் பேசிச் சிரித்தபோது - விழுந்தவர்களின் மனைவிகள் வெட்கினார்கள்.

தலைவெட்டப்பட்ட வாழைமரங்கள் போதுமான இடைவெளியில் வரிசையாக ஊன்றப்பட்டிருந்தன. அன்றுதான் வெட்டப்பட்ட செழுமையான மரங்கள். அதன் வட்டமான மேற்தளத்தில் குச்சி செருகி சுற்றப்பட்டிருந்தது பூச்சரம். மரங்களைச் சுற்றிலும் நீர் தெளித்து தரை துப்புரவாக்கப்பட்டிருந்தது. மரங்களைச் சூழ்ந்தது கூட்டம். மாப்பிள்ளையின் தாய்மாமன் முறைக்கு ஒருவர் முன்வந்தார். நீளமான வாளொன்று கொடுக்கப்படவும் - வாளின் முனையால் தாம் வெட்டுவதற்குரிய மரங்களின் உச்சியிலுள்ள பூச்சரத்தை அகற்றிப்போட்டார். விளிம்பின் கூர்மையில் ஒளிமிளிரும் வாள் மந்திர உச்சாடனங்களுடன் பின்னோக்கி

உயர்ந்தது. பிறகு அரைவட்டமாய்ச் சுழன்று மரத்தைத் துண்டித்தது. பறை யோசையும் உணர்ச்சிக் கூவலும் கீழே - பள்ளத்தாக்கின் வீடுகளையும் தொட்டெழுப்பின. ஒவ்வொரு மரமும் வெட்டப்படும்போது மேல்ஸ்தாயிக்குத் தாவியது பேரோசை. மரங்களின் அருகிலேயே நின்று - தடையில்லாமல் வெட்டுண்டு விழ வேண்டுமென மணமகன் பார்த்திருந்தான். மாப்பிள்ளைதரப்பு மரங்கள் வெட்டுப்பட்டு முடிவதற் குக் காத்திருந்து வாளை உஸ்மானி பெற்றுக் கொண்டார் பெண்ணுக்குத் தாய்மாமனாய்.

இரண்டு கைகளாலும் வாளை உயர்த்தி மந்திரம் சொல்வதற்கு அதிக நேரமானது. உச்சிப்பூச்சரத்தை நீக்கிய பிறகு அவரது வாள்வீச்சில் துண்டாகி விழுந்தது மரம். அவரது வேக அசைவில் அதிர்ந்தாடும் சிறுநீர்ப்பந்து எங்கும் சிரிப்பைத் தூவியது. அடக்க முடியாமல் வயிற்றைப் பிடித்துக்கொண்டு ஆண்களும் பெண்களுமாய்ச் சிரித்தார் கள். உடைத்துக்கொண்டு பீறிட்ட சிரிப்பால் பறையடிப்பவர்களாலும் இசைக்க முடியவில்லை. குழலூதுபவன் குழலைத் தரையில் ஊன்றி அதன்மேல் நெற்றியை முட்டுக்கொடுத்து மறைவாகச் சிரித்தான். பினு தர்மசங்கடமாக அண்ணனையே பார்த்துக்கொண்டிருந்தாள். உஸ்மானி யும் சிரித்துக்கொண்டுதான் மரம் வெட்டினார். ஒவ்வொரு மரத்தையும் வெட்டி நிமிரும்போது மணமகன் நிற்கும் இடத்தை கவனித்துக்கொண் டார். இன்னும் ஒரே மரம். இதோடு திருமணம் முடிந்தது. மணமகன் நிற்கும் பக்கத்தில் வாகாக தள்ளி நின்றுகொண்டார். முகத்தில் சிரிப்பில்லை. போதையின் அலைக்கழிப்பில்லை. சர்வ கவனமாய் கூர்ந்த விழிகளில் வேட்டைக்களை. வாளை பக்கவாட்டில் ஓங்கினார் உஸ்மானி. சுவாசம் திணறியது. கடைசி மரமும் சாய்ந்தவுடன் தீவிர இசை முழக்கத்திற்கு சமிக்ஞை கொடுப்பதற்காக ஒரு கையை உயரே தூக்கியிருந்தான் மணமகன். இறுதி முறையாக வீசப்பட்ட வாள் மின்னல்தெறிப்பாய் வந்து மணமகனின் அடிவயிற்றில் ஆழப்பதிந்து நின்றதை, புலன் குவியப் பார்த்துக்கொண்டிருந்தனர் அனைவரும்.

எச்சம்

சூரியனின் ஒளி விழுதுகள் பிடி தளர்ந்து வருகையில் நெடிதுயர்ந்த மரங்களின் உச்சியில் கடைசியாக விடைகோரிக் கொண்டிருந்த பொற்தடங்களைப் பலவந்தமாய் கருமைக்குள்ளிருத்தி இருள் இறங்கியது வனத்தில். பல நூறு பூச்சிகளின் வினோத சப்தங்களால் திகைத்து எழும்பியது நிலவு. நிலவோடு மின்மினிகளும். மரங்களின் உடல்களிலெல்லாம் மின்மினிகளின் ஒளியுற்சவம். இருளூன்றிய நாற்றுகளின் அசைவில் அசுர விளைச்சலாய்ப் பல்கிய பிரகாசக் கண்கள் மங்குவதும் விம்முவதுமாக எழுதிக்கொண்டிருந்த அதிசய சாசனத்தில் அடங்கி ஒலித்த அழுகைக் குரலொன்று கறையாய்ப் பரவியது.

மரங்களை வெட்டிச் சமப்படுத்தியிருந்த காட்டின் மையத்தில், ஒன்றிற்கொன்று சிறிதே இடைவெளியமைந்த குடிசைகளின் உட்புறங் களில் இருந்து கசிந்தது அந்த அழுகுரல்.

அதில் இழைந்த இழப்பின் வலி விளக்குச் சுடர்களில் மடங்கிய புகைச் சுருள்களை விசிறி நெடியுண்டாக்கிற்று.

ஒரு குடிசைக்கு முன்னே குழுமியிருந்த ஆண்களனைவரின் கவனமும் அவன் அசைவுகளிலேயே ஒன்றியிருந்தன. அவன் முகத்தைத் தாழ்த் தாமல் அமர்ந்த நிலையில், மரங்களின் உச்சியிலிருந்து அருடம் கேட்பது போலிருந்தான்.

தரையில் படுத்து உறங்கிக்கொண்டிருந்த சிறுவர்களையும், குழந்தை களையும் குடிசைகளுக்குள் கிடத்தி வந்து மீண்டும் அவன் முகம் பார்ப்பதைத் தொடர்ந்தனர் சிலர். அவனது குடிசைக்குள்ளிருந்து வந்த அழுகை தாடியைக் கிளறிக் கொண்டிருந்த அவன் விரல்களைப் பரபரப்பாக்கியது. மனதில் மௌனமாய்ப் பொங்கிய ஓலத்தில் கண்களில் சிறுகச் சிறுக ஈரம் படர்ந்தது.

ஆள்மாற்றி ஆள் தொட்டு விளையாடின வெட்டுக்கிளிகளும், வண்டு களும். மானின் இறைச்சித் துண்டுகளைக் கோர்த்துக் கட்டியிருந்த கயிற் றில் ஊர்ந்த அட்டைகள் காற்றில் தவறி விழுந்தன. பட்டியிலிருந்து கேட்ட ஒரு கம்பளியாட்டின் அலறலுக்கு ஒருவன் தடியையும் விளக்கையும் எடுத் துக்கொண்டு விரைந்தான். அவனெதிரே நின்று அயர்ந்தவர்கள் ஆட்டு ரோமங்கள் சேகரமாயிருந்த தொட்டியின்மீதும் ரத்தம் காய்ந்திருந்த மரப்பீடங்கள்மீதும் மரியாதை குலையாதபடி சாய்ந்து கொண்டனர்.

முற்றிய கிழவனொருவனை இரண்டு பேர் கைத்தாங்கலாக அழைத்து வரவும் அவன் எழுந்து நின்றான். அவனை அமரச் செய்து தானும்

பக்கத்திலேயே உட்கார்ந்தான் கிழவன். பசுமையோடிய நரம்புகளாலான கைகள் அவனது புஜங்களைப் பற்றியழுத்தின. அந்த அழுத்தம் அவன் மிகச் சிரமத்துடன் தன் போர்வைக்கு மேலாக அணிந்திருந்த கம்பீரத்தை உடைத்துப் பெருங்குமுறலை உருவியெடுத்தது. கிழவனின் முழங்கால்களில் நெற்றியைப் பதித்துக் குலுங்கியது உடல். அவர்கள் மலைத்தார்கள். தன் அசாத்திய வலிமையால் அவர்களின் வாழ்வை போஷித்துக் கொண்டிருப்பவனின் அந்தரங்க வெளிப்பாட்டை நம்ப விருப்பமற்று மனங்கலங்கிய பெருமூச்சுடன் அவன் கால்களினருகே சுற்றிலும் அமர்ந்துகொண்டனர். அவனை நெருங்கித் தொட்டு ஆறுதல் சொல்லுமளவிற்கு கிழவனைத் தவிர எவனுமில்லை. அவனுக்கும் அவர்களுக்குமிடையான உறவுத் தூரத்தை ஆழ்ந்த மரியாதையும் அச்சமும் வகுத்திருந்தது. வேட்டையின்போதும் இருப்பிடத்திலும் அவனிடமிருந்து வரும் எந்தக் கட்டளைக்கும் ஆயத்தம் படிந்த சுபாவம் அவர்களுடையது. இப்போதைய காத்திருத்தலும் அவனது ஒரு வார்த்தைக்காக, ஒரு சைகைக்காக. வட்டம் சுற்றிய வவ்வால், இறைச்சித் துண்டங்கள் உலர்ந்த கொடியைப் பற்றித் தொங்கியதன் அதிர்வில் கொடியின் நிழல் தரையிலாடியது. அவன் கண்ணீரைத் துடைக்கத் தவித்தது ஓரத்துத் தீப்பந்தத்தின் தழலலைவு.

கிழவனின் வெற்றுத் தாடையசைவோடு ஒத்திசைந்த நீண்ட தாடியுள்ளிருந்து சஞ்சலமான வார்த்தைகள் - ''நம்பிக்கையிழக்க வேண்டாம். இன்னொரு முறை தேடிப்பார். எந்தக் குறைபாடுமில்லாமல் முழுதாகவே பெற்றாலும் பெறுவாய். அவனை மனதில் நினைத்துப் புறப்படு'' அவன் என்று கிழவன் கைகாட்டிய திசையில் வனத்தின் தெற்கு மூலை மலைச் சரிவுக் குகையிலிருந்து அவர்களின் கடவுளானவன் சில தினங்கள் முன்பு காணிக்கையாகச் செலுத்தப்பட்ட ஆட்டுடலின் அழுகிய வீச்சத்தில் ரௌத்ரம் திரண்ட விழிகளால் இருளைக் குடைந்து கொண்டிருந்தான்.

அவன் எழுந்து குடிசைக் கதவை மெதுவாகத் திறந்து பார்த்தான். அழுகை ஓய்ந்து மயங்கிக் கிடந்தாள். அவள் தலையை மடியில் தாங்கிய பெண்ணொருத்தி அவனைக் கண்டதும் எழுந்திருக்க முயல, அவன் கையமர்த்தினான். ஒரு பெண் அவனின் பிரவேசத்தால் உசுப்பினாள் மயங்கியவளை. திடுக்கிடலாய் நினைவுகொண்டு எதிரில் அவனை உணர்ந்ததும் நகர்ந்தபடியே நெருங்கி அவன் பாதங்களில் முகம் புதைத்தாள் கதறலுடன். சுமந்த வயிறு குழந்தை கேவலாய் ஒடுங்கியது. தாய்மையின் மீட்பிற்காக மோதி மன்றாடி மீண்டும் மயங்கும்போது அந்த அவலம் பெண்களின் கண்களில் துளிர்த்து அவர்களறியாமலேயே தத்தமது குழந்தைகளின் மீதான பிடியை இறுகச் செய்தது.

விளக்குத் திரியைத் தூண்டிய விரல்களில் ஒட்டிக்கொண்ட கரியெண்ணை துயரக் கீற்றாய் சுவரில் கருமையூறி நிலைத்தது.

குத்தீட்டியும் கொடுவாளுமாய் அவன் வெளிவந்த வேகம்

அனைவருக்கும் வெறியூட்டியது. குடிசைக்குள்ளிருந்த எல்லா வேட்டை யாயுதங்களின் முனைகளும் நஞ்சில் தோய்ந்த துணிகளால் ஒற்றியெடுக் கப்பட்டன. கைப்பிடியிலடங்கும் மரக்கிளைகளை வெட்டித் தயாராயின தீப்பந்தங்கள். தீப்பந்தங்களின் வெளிச்சமும் மிருகங்களைக் கலவரப் படுத்தும் அவர்களின் கூச்சலும் வனத்தினுள்ளே தொலைவில் மங்குவது வரை அங்கேயே அமர்ந்து பார்த்துக் கொண்டிருந்தான் கிழவன்.

பறை முழங்க கிடுகிடுத்தது காட்டுப்பாதை. உறக்கம் முறிந்து மரங்களிடையிலிருந்து குபீரென்று எவ்வித் தப்பிக்க முனைந்த பறவை களின் பெருங்கத்தல் மரக்கிளைகளில் மோதிச் சிதறியது. உயரத்தில் தீப்பந்த வரிசை நகரும் திசைக்கு எதிராகப் பறந்தன. ஏற்கனவே உண்டாகி யிருந்த வழிகளை ஒதுக்கி துஷ்ட விலங்குகளின் இருப்பிடமாயிருக்கும் என்று கருதிய இடங்களில் நுழைந்து புறப்பட்டனர். புதர் மூடியிருந்த ஏதோ பாம்பின் தலையில் தொடர்ந்து பட்டகன்றன காலடிகள்.

விரிந்து சுருங்கி அலைக்கழிந்தது வெளிச்சம். தழுவிய செடி கொடி களை விலக்கி எறிந்தனர். நிழல்களின் அருவ நர்த்தனம் செல்லுமிட மெல்லாம். பறந்த தீப்பொறிகள் மரங்களின் சொரசொரப்பிலும் பட்டை வெடிப்புகளிலும் படிந்தன. பந்தங்களிலிருந்து பிய்ந்து வீழ்ந்த தீக்கங்கு களால் புல்திட்டு கருகிப் புகைந்தது. இருளைச்சாடிக் கிழித்துத் தத்தி நகர்ந்தன பந்தங்கள். அச்சத்திற் சித்தம் கலங்கி அவர்களை நோக்கி ஓடி வந்த முயலை உதைத்துத் தள்ளிச் சென்றுகொண்டிருந்தார்கள். அவ்வப் போது தலைநிமிர்ந்து, பெருமரங்களின் கிளைப் பிளவுகளையும் கவனித் துக் கொண்டார்கள். அவர்களுக்குத் தெரியும் இந்த வனத்தின் ஒவ்வொரு மூலையும். பிறப்பிலிருந்தே கற்பிக்கப்பட்டிருந்தது அதன் அபாயங் களுடனான சரசம். அவர்களுடைய அரிய ஒன்றை அது எங்குதான் மறைத்துவிட முடியும்?

பாறையிடுக்குகளிலும் அடர்வான இடங்களிலும் அவர்களின் தேடல் நிதானப்பட்டது. சிறு பிராணிகள் தங்கியிருந்த கால்தடங்கள் தென்பட் டன. தாழ்வான கிளைகளிலிருந்த இலைகள் தீச்சுவாலையில் சுருண்டு உதிர்ந்தன. அவர்களுக்கு எந்த இடத்தையும் விட்டு வைக்க சம்மத மில்லை. சக்தி கரைகிறவரையிலும் அதன் பிறகும் வனத்தின் ஒவ்வொரு அடியையும் ஊடுருவித் தேட வேண்டிய நிர்ப்பந்தம். அவசியமான பகுதிகளில் பறையொலியை முடக்கி மிகப்பதனமாய் சென்று பார்த்த போது ஏமாற்றம். இதுவரையில் அவர்களது வாழ்க்கையில் இப்படி யொரு நிகழ்ச்சியில்லை. நள்ளிரவில் வேட்டை நடந்ததில்லை. துவம்ச மாகிக் கொண்டிருந்த நிசப்தத்தில் அவசரமாய் வழுக்கிக்கொண்டிருந்தது நிலவு. முனைகளில் விஷம் தடவியிருப்பதை மறந்து ஆத்திரமாய் வேர் முண்டுகளில் பாய்த்து ஈட்டிகள் பிடுங்கப்பட்டன. ஒருவரையொருவர் பொருளற்ற பார்வையால் அளந்து துவளவிருந்த மூர்க்கத்தை வலிந்து மீட்டுக்கொண்டார்கள்.

பின்தொடர்பவர்களின் வழித்தடங்கல்களை பொருட்படுத்தாமல் அவனுக்காகப் பாதையின் குறுக்கே கிளைத்திருந்த கொடிகளை வீசித் தகர்த்துக்கொண்டு சென்றது அவனது வாள். தேவைக்கதிகமான வலிவோடிருந்தது வாள்வீச்சு. வியர்வை வழிந்த உடல்களில் தழல் மஞ்சள் மினுமினுத்தது. நின்று முகவியர்வையைத் துடைத்து சில நிமிடங்கள் இளைப்பாறவும் கட்டளை வரவேண்டியிருந்தது. அவனோ முன்னால் ருத்ரமாடிச் சென்றுகொண்டிருந்தான். முழுமையாகப் பெற வேண்டும் அல்லது சிதைவுகளையாவது. பறையோங்கியது அவன் சமிக்ஞை கிடைத்தபோது. புதிதாக வகிர்ந்த வழிகளில் இடறிய முட்சரங்கள் கால்களில் எதிர்ப்பைக் கீறின.

'என்னிடமில்லை, குழந்தைகளே! நீங்கள் தேடுவது என்னிடமில்லை' யென வனம் வருந்திப் புலம்பியதை அவர்களின் போக்கை மறைவான பதுங்கிடங்களிலிருந்து கண்காணித்த பிராணிகள் செவிமடுத்தன.

தலைதட்டிய கிளைகளையும் பருமனான கொடித் தண்டுகளையும் பற்றி சில நொடிகள் ஓய்வு. பிறகு அதிகமான தீவிரம். மனதை நிராசையும் ஏமாற்றமும் வளைக்கும்போது அவன் அந்தக் குகையிருக்கும் திக்கு நோக்கித் திரும்பிப் பார்ப்பான். வெளிச்சத்தில் அவாவுற்று எங்கிருந்தெல்லாமோ பறந்து வந்து முகங்களில் அப்பிய பூச்சிகளை அலட்சியமாகத் தட்டிவிட்டு நடந்தார்கள். தட்டிய அழுத்தத்தால் பூச்சிகளின் உடலிலிருந்து பிதுங்கிய திரவமும் லேசான சிறகுகளும் வியர்வையோடு ஒட்டிக்கலந்தன.

நெருங்கநெருங்க ஒன்றுமில்லையெனக் கைவிரித்து, அவர்களின் அனுமானங்களை ஏய்த்து தேடல்படாத பகுதிகளுக்குத் திருப்பின இலையடர்வுகள். மரங்களின் உச்சிகளில் தாவித் தொடர்ந்து கோட்டான் அலறியது - அச்சமாகவோ ஏளனமாகவோ.

கோபம் தேய்த்திருந்தது அவனது ஜாக்கிரதையுணர்வுகளை. நினைத்த இடங்களில் யோசனையின்றி, புகுந்து துழாவினான். சலசலப்புகளைக் கூர்ந்து கால் வைக்க முடியாத இடங்களில் உள்ளே கல் விட்டெறிந்து பிரதியரவங்களை எச்சரிக்கையாகக் கவனித்துப் பின் சென்றது பரிவாரம். வழியில் காய்ந்து கிடந்த இலைச் சருகுகளை பனி ஈரத்தில் துவட்டியது. அடிக்கடி நெகிழ்ந்த செருப்பு வார்களை நின்று இறுக்கிக் கொண்டார்கள். கிழவன் உறங்காமல் காத்திருப்பான். குடிசை வாயிலுக்கருகில் நம்பிக்கையின் இறுதியிழையில் உயிர் வைத்து அவன் மனைவி எதிர் பார்த்திருப்பாள். புலர்வின் மென்னொளியில் அவைகளின் தோழன் மறுபடியும் வந்து பட்டிக் கதவைத் திறந்து வழக்கம்போல மேய்ச்சலுக்கு விடுவிப்பதாய்க்கூட கனவு கண்டுகொண்டிருக்கும் ஆடுகள். அவர்களுக்கு மகிழ்வளிக்கும் செய்தி கொண்டுபோக முடிந்தால்... மகிழ்வுச் செய்தி எந்த மிருகத்தின் வயிற்றில் ஜீரணமாகிக் கொண்டிருக்கிறது இப்போது? எந்த இடத்தில் உடல் கிழிந்து கிடக்கிறது? காட்டிற்குள்

வெகுநேரம் வழிதவறி அலைந்து களைத்து மரத்தடி ஒன்றில் உயிருடன் உறங்கிக் கொண்டிருப்பானா இன்னமும்... இன்னமும் உயிருடனா...

அவன் திடீரென நின்று மீண்டும் மீண்டும் கூவி அழைத்த பெயர் அவர்களிடமிருந்து பிளிறலாய் எதிரொலித்தது. இடைவிடாமல் நீண்ட நேரம் அவன் பெயரைக் கத்தியதை செயலற்றுப் பார்த்துக் கொண்டிருந் தவர்களுள் ஒருவன் தயக்கத்தோடு அவன் கரத்தைப் பற்றி அசைக்கவும் மௌனமாகி நீர் சுரந்த கண்களை அவர்களுக்கு மறைத்தபடி குனிந்து நடந்தான்.

விரக்தியில் வெளிறி வந்தது விடியலின் சாயல். தோல்விச் சோர்வை மாற்றுக் கொடுத்து அகன்றிருந்தன பதட்டமும் வீராவேசமும். அவர் களின் முயற்சிகளுக்கான மறுமொழி ஏதுமின்றி மரங்களினூடாக வெயில் வார்த்துக்கொண்டிருந்தது வனம். கிட்டத்தட்ட காட்டின் ரகசிய மான அவயங்களையெல்லாம் மிதித்துக் கடந்து வந்து விட்டிருந்தார்கள். கரும் பாறைக் குன்றுகள் முளைத்திருந்த இடத்தோடு காடு தீர்ந்திருந்தது. கோடுகள் நெளிந்த பாறைகளின் மழுங்குத் தளங்களில் அயர்வில் சொக்கிய உடல்கள் உளைச்சலெடுத்த கால்களைப் பின்னிக் கொண்டன.

பசிக்கிறக்கம் மயக்கும் தருவாயில் ஒருவன் தலையை உதறிக் கொண்டு உற்றுப் பார்த்தான். பேச நாவெழாமல் பீதியில் நடுங்கும் விரல்களால் அவனைத் தொட்டு சுட்டிக்காட்டினான். கரங்களனைத்தும் அனிச்சையாய் ஈட்டிகளுக்குத் தாவின. சில அடிகள் முன்னே வந்து கால்களை அகற்றி ஊன்றி சற்றே குனிந்து பார்த்தார்கள். பகையும், பயமுமாய் கண்கள் விரிந்தன. பாதங்களிலிருந்து தலைவரை உஷ்ணமடைந்தது ரத்தம். அவர்களுக்கு முன் வந்து நின்று கொண்டவன், கைகளை விரித்து தன் ஆட்களை தற்காப்பிற்காகப் பின் தள்ளினான். இருபது அடி தொலைவில் பாறைகளின் நிறமேயாகி தன் ராட்சஸ உடலின் தலைப்புற வீக்கத்தில் லேசான அசைவு கொண்டு படுத்திருந்தது. சற்றுப் புரண்டு தெரிந்த அதன் வயிற்றுப் பாளங்களில் உலோக மினுமினுப்பு. கொஞ்சம் தலையை சாய்த்துப்போட்டு அவர்கள் வசமாய் சரிப்படுத்தியது பார்வையை. கழுத்துப் பகுதியின் புடைப்பு சன்னஞ் சன்னமாய்க் கீழிறங்க வசதியாய் உடலை நீட்டிக்கொள்கையில் தோல் சித்திரங்கள் விரிந்தன. மிக சுமுகமாய் தலையைப் பின்னுக்கிழுத்து தனக் குள் பதுங்கியது. அது சமீபத்தில்தான் இரையெடுத்திருக்க வேண்டும். அந்த உணவு சிறு மேடாய் அதன் உடலில் ஊர்ந்து பயணித்துக் கொண்டி ருந்தது. பாய்ச்சலுக்கு யத்தனித்த ஈட்டிகளைத் தடுத்துவிட்டு, மலைப் பாம்பின் தலைக்குப் பக்கத்தில் கிடந்த ஒருஜோடி சிறிய வார் செருப்புகளைத் திரும்பப் பெறக் காத்திருந்தான் அவன்.

காவடியாட்டம்

கிராமத்தின் பிடரியைப் பிடித்துத் தன்னுள் அமிழ்த்திக் கொண்டிருந்தது வெயில். அனைத்தையும் புழுதியால் தழுவிப் போனது காற்று. தொழுவங்களில் மாடுகள் வெயிலை வெறித்து அசைபோடுதலை அவ்வப்போது தொடர்ந்தன. தொகுப்பாய் பெண்கள் ஆற்றிலிருந்து நீர் கொண்டு வந்து தெருவை நனைத்தார்கள்.

துளியும் தேங்காமல் ஊற்ற ஊற்ற தெரு குடித்தது. கோடை. வியர்வையிலும் நீரிலும் ஊறிப்போன அங்கங்களுடன் மீண்டும் பெண்கள் நீரெடுக்கப் போனார்கள். பேசிக்கொண்டார்கள். அவர்கள் சிரித்தது தூரத்தில் மேலக்காட்டுப் புதருக்குள் உட்கார்ந்திருந்தவனை எழுந்து நின்று பார்க்கச் செய்தது.

மரங்கள் சகஜமாக திருடுபோக ஆரம்பிக்காததற்கு முன்பு இன்னும் அடர்த்தியாயும் பச்சை இருளோடுமிருந்தது மேலக்காடு. இரு பக்கமும் ஒரு மைல் அகலத்துக்கு மணல் கிடக்க நடுவில்தான் காவிரி, சில பகுதிகளில் ஆழத்துடன். யாரும் இன்று மீன் பிடிக்கவில்லை. தரைக்கும் மூன்றங்குல உயரத்தில் நீரோட்டத்தை ஊடறுத்து சூரியன் அற்புதங்கள் செய்தான். ஒரு சிறகு. மிகச் சிறியது. அந்த ஒளி ஜாலத்தின்மீது மிதந்து போனது. ஆற்று மத்தியிலுள்ள ஈரத்திட்டுகளில் நாரைகள் யோசித்துக் கொண்டிருந்தன. எருமைகள் அதிரடியாய் ஆற்றுக்குள் விரட்டப்படவும் நாரைகள் பறந்து வெவ்வேறு இடங்களில் பிரிந்தமர்ந்தன. காய்ந்திருந்த சாணப்பற்றுகளில் வைக்கோலால் தேய்க்கப்படும் சுகத்தில் ஒரு மாடு அண்ணாந்து மேகத்தைக் கூப்பிட்டது.

பெண்கள் குளித்துக்கொண்டிருந்தார்கள். பக்கத்தில் மாடு குளிப்பாட்டும் பையன்கள். ஒருவருக்கொருவர் முதுகு தேய்த்துவிடும் போது துணி நெகிழ்ந்து பிருஷ்டங்கள் வெளிப்பட்டன. மூழ்கி மாடுகளின் பின்னேயிருந்து தவித்துப் பார்த்தார்கள் பையன்கள்.

கோயில் பந்தலில் அலங்காரம் நடந்தது. மேசை போட்டு ஏறி நின்று கலர் பாட்டில் தோரணம், பலாப்பழம், ஈச்சங்கொத்து, வாழை மரம் கட்டிக் கொண்டிருந்தனர்.

வயலுக்குப் போகாத உற்சாகத்தில் கோயில் முன் கூட்டம். ஆண்கள் அசிங்கமாகத் திட்டிக்கொண்டு, சிரித்தார்கள். வியர்வை வழிய சுருட்டும் பீடியும் புகைந்து கருகின. வெற்றிலையை உள்ளங்கையில் வைத்து சிரத்தையுடன் நெறித்து உறவின் முறைகளை கிண்டல் பேசிக்கொண்டிருந்தவர்களும் உண்டு. அனேக இரவுகளில் சீட்டாடுவதற்கான ஒரு மறைப்பாகத்தான் கோயிலின் பின்பக்கச் சுவர் உதவியிருக்கிறது. சீட்டாட்டத்தில் தகராறு வந்து கைகலப்பானபோது பஞ்சாயத்தில்

கண்டித்து கோயிலில் யாரும் சீட்டு விளையாடக் கூடாதென்று முடிவு செய்தார்கள். அதிகமாக இந்த இடத்தில் இப்போதெல்லாம் விளையாடுவதில்லை.

கோயில் முன்னே ஈரத்தெரு புழுதியடங்கிக் கிடந்தது. மேளக்காரனும் வந்தாயிற்று. ஸ்பீக்கர் கட்டி முடித்த பிறகு கேப்டன் பிரபாகரன் பாட்டு போடச் சொல்லி கிராமத்தார் வற்புறுத்தியபோது சவுண்ட் சர்வீஸ்காரன் இல்லையென்று மறுத்து வேறொன்றைப் போட்டான். கரையோர மேலக்காடு அதை வாங்கி முணுமுணுத்தது. கிராமத்தின் நான்கு தெரு மக்களையும் மேளம் கோயிலுக்கு இழுத்து வந்தது. அதன் ஓங்காரத்தில் மாடுகள் விதிர்த்தெழுந்து குரலெழுப்பின. மேளத்தையும் பாட்டையும் ஒருவன் நிறுத்திவிட்டு 'மைக்'கைப் பிடித்து அறிவிப்புச் செய்தான். தன் குரல் ஸ்பீக்கரில் பெரிதாய் ஒலித்ததில் அதிர்ச்சியாகி, விஷயத்தை மறந்து திக்கினான். சுற்றியிருந்தவர்கள் சிரித்ததும் விலகிக்கொண்டான்.

ஊருக்கப்பால் ஆற்று மணலின் கொதிப்பில் கால் பாவமாட்டாது அவசரமாய் ஓடி வந்து நீரில் விழுந்தார்கள். காவடிகள் சீரமைக்கப் பட்டன. அனைத்தும் ஒரே விதமான - அளவான காவடிகள். மூங்கில் வளைவும் மரக்கட்டையால் நடுப்பிடிப்பும் கொண்டது. இது தவிர இரண்டு அலகுக் காவடிகள் ஆயத்தமாகிக்கொண்டிருந்தன. குளித்துக் கரையேறிய பெண்கள் ஒதுங்கியிருந்து வேடிக்கை பார்த்தார்கள். குருத்தோலையும் - வண்ணக் காகிதங்களுமான அலங்காரம். விபூதிப் பட்டை, சந்தன குங்குமப் பொட்டு எல்லாமும். கரையோர நீர் பூவிதழ் மணத்தோடு போயிற்று. மீன்கள் கொத்த, மிதந்த இதழ்கள் அலுங்கின. மேளக்காரனும் பார்த்துக்கொண்டிருந்தான். தடுமன் கழுவி ஓரத்தில் வைக்கப்பட்டது. முருகனுக்காக எல்லோரும் குளித்தார்கள். துவைக்கும் கல்லைச் சுற்றி சந்தனத் துளிகள். நரைத்த தாடிக்கிழவரின் இயக்கத்தில் எல்லோரும் அவர் சொல்படி செய்தனர். அவர் இருபது வருடங்கள் சபரிமலை போன சாமி.

ஆற்றங்கரையிலும் மேலக்காட்டிலும் மேய்ச்சல் ஆடுமாடுகள் தலையைத் தூக்கி கூட்டத்தைப் பார்த்தன. இடையர்கள் வெயிலுக்காக நெற்றியில் கைவைத்து மறைத்து கவனித்தனர். ஆயிற்று - சடங்குகள் முடிந்தன.

முருகனுக்காக எல்லோரும் காவடிகளைச் சுமந்து நின்றனர். சாமி முருகன் பாட்டு பாடத் தொடங்கினார். தேய்ந்து போன குரல் எழவே இல்லை. காவடிகள் சிரமத்தின் பேரில் அந்தப் பாட்டைக் கூர்ந்து கேட்டு இடையிடையே சொன்னது - 'அரோகரா' மேளத்தைப் பார்த்து காவடி களுள் ஒன்று கொச்சையாகத் திட்ட சினந்து, முழங்கியது மேளம். ஆற்றோரம் அணிவகுத்த கோரைப்புல் தொகுதியிலிருந்து கொக்குகள் குப்பென்று உயர்ந்தன. காவடிகள் அதனதன் போக்கில் அரோகராவை உதிர்த்துக்கொண்டு முன்னேறின. மணற்கூட்டைக் காட்டிக் கொள்ள

எவற்றுக்கும் பிரியமில்லை. எல்லாக் காவடிகளும் அமர்த்தலான ஆட்டத்துடன் மெத்தனமாகத்தான் செல்ல நினைத்தன. மணலைக் கடந்து மேட்டில் ஏறும்வரை, ஓட்டமும் நடையுமான விரைதலைக் கட்டுப் படுத்த முடியவில்லை. முன்னே சாமி நடந்து போனார். எல்லாவற்றிற் கும் கடைசியில் அலகுக் காவடிகள் தயங்கித் தயங்கி வந்தன. இரு முனைகளிலும் கூர்மையுள்ள நீண்ட வேலை குறுக்கு வசமாய்ப் பிடித்துக் கொண்டு வந்தன. வேல் கன்னங்களைத் துளைத்துக் கொண்டு நீண்டி ருந்தது. நாக்கின் மத்தியிலும் சிறிய வேல். உடல் முழுதும் தோலைத் துளைத்துக் கட்டித் தொங்கவிடப்பட்ட சிறிய வேல்கள் நடக்கும்போது ஊசலாடின. காவடிகள் மேட்டைக் கடந்து ஊருக்குள் இறங்கின.

அரோகரா ஓசையும் மேளமும் உலுக்கிப் போட்டது கிராமத்தை. காவடிகள் வரும் வழியில் இரு ஓரங்களிலும் ஜனங்கள் அலகுக் காவடி களிடம் உணர்ச்சி வசப்பட்டு அரோகரித்தனர். தலைகளுக்கு மேலாக சேவிக்கின்ற கைகள். பார்த்துக்கொண்டிருந்த ஒருவருக்கு சாமி வந்து, ஆடத் தொடங்கியவுடன் அவர் தலையில் குடத்து நீர் சாய்க்கப்பட்டது. அவர் புருவத்தை அழுத்தித் துடைத்துக்கொண்டு பிரமையிலாழ்ந்து நின்றார். நரம்புகள்போல நீர் வடிந்து ஒழுகியது.

எல்லாக் காவடிகளின் கால்களிலும் ஜனங்கள் நீர் சொரிந்து, உடல் மண்ணில் பதிய விழுந்து வணங்கினார்கள். காவடிகள் ஆடிக்கொண்டு நகர்ந்தன. தோன்றிய விதத்தில் ஆட்டம். முன்னே ஒரு மனிதன் தடுமனை முதுகில் வைத்துக்கொண்டு உடம்பை கம்பீரமாய் அசைத்து நடந்தான். கூர்மையுள்ள வேல்கள் இரண்டை சாலையின் குறுக்கில் அலகுக் காவடிகள் சுமந்து வருகின்றபடியால் சிலர் கவனமாக வழி ஒதுக்கிவிட்டு ஜனங்களை நெருங்கவிடாமல் பார்த்துக் கொண்டனர். வீடுகளில் இளம்பெண்கள் நின்றிருந்தார்கள், இளங்காவடிகளைப் பார்த்துக் கொண்டு. அவர்களின் பார்வை, இளங்காவடிகளை மேலும் மிகுதியான பக்தியில் ஆடவைத்தது. தரையெங்கும் பூக்கள் துவம்சம் செய்யப்பட்டு ஈர மண்ணில் பாதி புதைந்த பூக்கள். அறைந்து அறைந்து அழுது கொண்டிருந்தது மேளம். சூரியன் எல்லோரையும் வியர்வையில் நனைத்துப் பார்த்தான். கூட்டம் அதிகப்பட்டிருந்தது.

உக்கிரமான காவடியாட்டம். ஒருகாலைத் தூக்கி சுழன்று பிறகு ஒற்றைக் காலிலேயே தத்தித்தத்தி திரும்பாமல் பின்னால் சென்று, வட்ட மாய்ச் சுற்றி வந்து ஒரு காவடி ஆடியது. அது எல்லா வருஷமும் இப்படித் தான் ஆடுமென்று சொல்லிக்கொண்டார்கள். அடிக்கடி காவடிகளின் பாதங்களை நீர்க் குடங்கள் முத்தமிட்டன. தடுமனை சுமந்து சென்றவன் அவனுடைய ஆட்டத்தை ஆடினான.

காவடிகள் ஊரைச் சுற்றிவந்த பிறகு கோயிலின் முன்னே கூட்டமாய் ஆடின. பார்த்துக்கொண்டிருந்தவர்களிடமிருந்து அவ்வப்போது ஆட்கள் பிரிந்து ஆட்டத்தில் சேர்ந்துகொண்டார்கள். முருகன் பார்த்துக் கொண்டி

ருந்தான். கோயிலின் உள்ளே அலங்காரம் ஒன்றுமில்லை. இருண்ட சுவர்கள் சூழ எப்போதும் போலத்தான் முருகன் எண்ணெய்ப் பிசுக்கோடு நின்றான். புதியது மாலையும் பட்டுத்துண்டும். குத்துவிளக்கு அணைந்து போய் மறுபடியும் ஏற்றப்படுவதற்காக காத்திருந்தது.

கண்களை இடுக்கிக்கொண்டு ஆகாசத்தைப் பார்த்தார்கள். நிறையப் பேர்மீது சாமி வந்தது. கள் குடித்துவிட்டு ஆடுவதாய் கூட்டத்தில் முனகிக் கொண்டார்கள். ஆட்டத்தில் ஒரு காவடியில் மஞ்சள் இடுப்புத் துணி தளர்ந்து விழ பக்கத்துக் காவடி சிரித்தது. ஒரு கையால் வேட்டியை முடிந்துகொண்டே கெட்டவார்த்தை ஒன்றை சிரித்தவனுக்கு துப்பிவிட்டு உடனே ஒரு அரோகராவைப் போட்டது அந்தக் காவடி. அலகுக் காவடிகள் கடைசியில். சாமி முணுமுணுத்து வானத்தில் தேடினார். எல்லோரும் மேலே பார்த்தார்கள். வெறிச்சிட்டுக் கிடந்தது வானம். கண்கள் கூசப் பார்த்துக்கொண்டிருந்தார்கள். எந்த வீட்டுக் கூரையிலிருந்தாவது அல்லது அருகிலிருக்கின்ற மரங்களிலிருந்தாவது காக்கையோ குருவியோ எதிர்ப்பக்கம் பறந்து உட்காரும்போது - அவர்கள் திடீரென்று ஆனந்தித்து - பறந்தது பருந்து இல்லையென்று தெரிந்ததும் ஏமாற்றத்தில் பெருமூச் செறிந்தார்கள். எதிர்பார்த்தார்கள். கடந்த வருடங்கள்போல் இந்த வருடமும் கிருஷ்ணப்பருந்து வானத்தில் காட்சி தந்து காவடிகள் கோயிலுக்குள் நுழைய அனுமதி கொடுத்துவிடுமென, தீவிரமாகக் காத்துக் கொண்டிருந்தார்கள்.

மிக உயரத்தில் ஒரு பறவை அரைவட்டமாய்ப் பறப்பதை எவனோ திடீரென்று கூவிச் சொன்னான். காவடிகள் ஆவேசங்கொண்டன. ஆட்டம் அசுரகதியில். 'முருகா' 'முருகா'வென்று கிராமம் அலறியழைத்தது அந்தப் பறவையை. தடுமன் வைத்துக் கொண்டிருந்தவன் தடார் தடாரென முதுகிலும் தலையிலும் அடித்துக்கொண்டான். கூக்குரலிட்டு மெய்சிலித்துப் பார்த்தார்கள் மக்கள். தடுமனை பிடுங்கி அடித்துக் கொள்ள சிலர் பாய்ந்தார்கள். வலியவர்களிடத்தில் அகப்பட்டது தடுமன். தடுமன் எனும் இரும்புத் தடி கிடைக்கப்பெற்றவர்கள் முதுகிலும் விலாவிலும் அடித்துக்கொள்ள ஒரு சிலர் மயங்கி விழுந்தனர். விழுந்தவர்கள் அப்புறப்படுத்தப்பட்டார்கள். மண்டை உடைந்து ரத்தம் வழிகிற நிலையிலும் தன்னைத்தானே தாக்கிக் கொள்வதை ஒருவன் நிறுத்தாதிருந்தான். வெறியுடன் கைமாறிப் போய்க்கொண்டிருந்தது தடுமன். உடல் பதறி நடுங்க வானத்தைப் பார்த்தபடி அடித்துக்கொண்டே ஒருவன் சடாரென்று கீழே விழுந்து வலிப்புபோல வெட்டி இழுத்துக்கொண்டு புரண்டான். மரம் துடித்தது. பறவைகள் பயந்து கிறீச்சிட்டு ஆற்றுப்பக்கம் பறந்தன. அம்மாக்களின் கால்களின் பின்னே சிறுவர்கள் பதுங்கிப் பார்த்தார்கள். எல்லாச் சத்தங்களையும் மீறிக்கொண்டு ஒருவன் சொன்னான்.

''அது பருந்தில்லே... காக்கா...''

காவடிகள் சோர்ந்து நின்றன. வெக்கையோடு கலந்து பெருமூச்சு

குமைந்தது. அனைவரிடத்திலும் விபரீத அமைதி. மேளக்காரன் ஓரம் பார்த்து உட்கார்ந்தான். கால்களை மாற்றிவைத்து திகைத்தது கூட்டம்.

''பொழுது போய்க்கிட்டிருக்கு, பருந்தைப் பார்த்துக் கிட்டிருக்கிற திலே பிரயோசனமில்லே. காவடிக உள்ளே போகட்டும்...''

''டே... உங்கப்பன் வீட்டுக் கோயிலாடா இது வழக்கத்தை மாத்தற துக்கு. இத்தனைவருஷம் இப்படித்தான் ஆகிவந்திருக்கு தெரியுமில்லே.''

''யார் அப்பன் வீட்டுக் கோயிலாயிருந்தா என்ன. காவடிகள்ளாம் ரொம்பக் களைச்சிருச்சி. போதும்.''

''எவன்டாவன் புரியாத்தனமா பேசறது. கொழந்தை குட்டிங்களோட இந்த வூர்ல நாம வாழனுமா வேணாமா. எப்படியும் பருந்து வந்திரும். வெள்ளாமக்காரன் கூப்பாடு கேக்காமயா போயிரும்...''

அங்கங்கே தர்க்கம் எழுந்து சலசலப்பானது.

''இனிமே எங்க பருந்து வரப்போகுது? காவடிகள அனாவசியமா வெயில்லே போட்டு வதைக்க வேண்டாம். ஒரு வருஷம் இப்படி இருந்தாத்தான் என்ன? இதனாலெல்லாம் சாமிக் குத்தம் வந்திடாது. கோயிலுக்குள்ள போகச் சொல்லுங்க காவடிகள.'' உரத்த குரலொன்று இடை புகுந்தது, ''சாமி இருக்கு, சாமி இருக்குன்னு சொல்றயள்ளே... சாமி நெசமாகவே இருந்தாக்கா இப்ப பருந்து வரட்டும் பாப்பம். பருந்து வந்தாகணும். அதான் வழக்கம்னு வேற இருக்கு. இன்னைக்குப் பாத்துப் புடுவோம் இந்த சாமிய. பருந்தக் காட்டுனாத்தான். இது யோக்கிதயான சாமி. அதுவரைக்கும் எவனும் உள்ளே நுழையக் கூடாது...'' இப்படிச் சொன்னவன் அந்த ஊரில் சமீபகாலமாய்த் தலை நுழைக்கத் தொடங்கிய ஒரு கட்சியின் இளஞ் செயலாளன். பேச்சில் கலந்து கொள்ளாமல் சாமி முருக சரணம் சொல்லிக்கொண்டிருந்தார்.

பேசிக்கொண்டார்கள். வார்த்தைகள் வெடித்தன. முகத்தோடு முகம் நெருங்கி எச்சில் தெறிக்க வசை பொழிந்துகொண்டார்கள். உழைப்பில் இறுகிக் கருத்த முகங்கள் கோபத்தில் விகாரப்பட்டுப் போயின. சாராய நாற்றம் பேச்சில். எதுவோ நடக்கப் போகிறதென்று பெண்கள் பீதி வழிய கவனித்தனர். பேச்சு முற்றிக்கொண்டு வந்து - யாரும் எதிர்பாரா வண்ணம் ஒருவன் கூட்டத்தைப் பிளந்து - நடுவில் நின்று பேசிக் கொண்டி ருந்த கட்சிக்காரனை முகத்திலறைந்தான். கடைவாயில் ரத்தம் தெரிய அடிபட்டவன் எதிர்த்துப் பாய்ந்தான். அவன் உறவுகள் கொதித்து ஆதரவுக்கு வந்தன. பெண்கள் வீடுகளுக்குள் புகுந்துகொண்டு ஜன்னலில் பார்த்தார்கள். தத்தமது கணவன்மார்களை அதட்டி அழைத்தார்கள். செய்வதறியாது காவடிகள் கடைசியில் நின்று கொண்டிருந்தன. ரௌத்ரக் கொந்தளிப்பில் ஆயுதங்களெடுத்துவர சிலர் வீடுகளுக்குள்ளே ஓடினார் கள். குறுக்கே விழுந்து மறித்த பெண்களை உதைத்துத் தள்ளி வெளியே வந்து கலந்தார்கள். யாரை யார் அடிக்கிறார்களென்பது புரியாமல்

போயிற்று. ஒரு கிழவி பதட்டத்தில் புலம்பி, வரிந்து கட்டிய தன் மகனின் கையைப் பிடித்து இழுக்க முயன்றாள். கோயில் வாசலின் கோலத்தின்மீது உடல்கள் கட்டிப்புரண்டன. அரிவாள் கொத்தி தொடையில் ரத்தம் கொப்பளிக்க ஒருவன் சாய்ந்தான். கதறலுடன் ஓடி வந்தாள் மனைவி. தூரத்தில் நின்று தெருநாய்கள் குரைத்துத் தீர்த்தன. தெரு ரத்தம் சுவைத்தது. ஓலத்தில் அதிர்ந்தது கிராமம். விலக்கிவிட நினைத்தவர்களை அச்சம் முடக்கிப்போட அவர்கள் வீட்டுத் திண்ணைகளில் நின்று பார்த்துக் கொண்டிருந்தார்கள். யாருடைய வேட்டியோ ஒன்று மண்ணோடு சுருண்டு கிடந்தது. சுவாசம் இறைக்கத் தழுவிக்கொண்டு உருண்டு பந்தல் காலில் மோதவும் மேலே கட்டியிருந்த பலாப்பழம் அறுந்து எவர்மீதோ விழுந்தது. சவுண்ட் சர்வீஸ்காரன் ஸ்பீக்கர்களை அவிழ்த்து இறக்குவதிலும் - ஆம்ப்ளிபயரைக் காப்பாற்றுவதிலும் முனைப்பாயிருந்தான்.

ஒரு காவடி துணிந்து கும்பல் களேபரத்தின் இடை புகுந்து கோயிலை நோக்கித் தலை தெறிக்க ஓடியது. மற்ற காவடிகளும் அதைத் தொடர்ந்து ஓடின. அலகுக் காவடிகளுக்கு வழி ஒதுக்கிவிட ஆட்களில்லை. காவடிகளைப் பின்பற்றி அலகுக் காவடிகளும் விரைந்து முன்னேறின. இரு பக்கத்திலும் துருத்திக்கொண்டிருந்த வேலுக்குப் பயந்து ஒதுங்கி நின்றவர்கள் அதிகம் பேரில்லை. நடுவில் நின்று மண்ணை அள்ளி வீசி கீச்சுக்குரலில் ஏதோ கத்திய உள்ளாடையோடிருந்தவனை அலகுக் காவடியின் ஒரு முனை வயிற்றில் குறுக்கு வசமாய் ரத்தக்கோடு இழுத்தது. மற்றொரு முனை பந்தல் வாயிலின் வாழைமரத்தில் சிக்கிக்கொள்ள மல்லாந்து விழுந்தது அலகுக்காவடி. இன்னொன்று சற்றுத் தொலைவிலேயே நின்று குழம்பியது.

மாலை, வெயில் மறைந்து மந்தமான வெளிச்சம் மிச்சம். கோயில் முன்னே ஒரு பக்கமாய் சாய்ந்த பந்தலைச் சுற்றிலும் யாருமில்லை. மேலக் காட்டின் குளுமையையும் மணத்தையும் சுமந்து காற்று ஊருக்குள் அலைந்தது. நீள வெறிச்சோடிக் கிடந்த தெருவில் கோயிலின் எதிரே மண்ணோடு ரத்தச் சுவடு. பந்தல் தோரணம் அறுபட்டுத் தரையில் படர்ந்திருந்தது. தெருக்கோடியில் தனக்குள்ளே தலையைப் புதைத்து நாயொன்று படுத்திருந்தது.

மேலே... கருநீல வானத்தின் மிக உயரத்தில் வட்டமிட்டு வட்டமிட்டு ஒரு பறவை. ஒவ்வொரு அகண்ட வட்டத்திலும் பூமிக்குப் பக்கமானபடி அது இறங்கிக்கொண்டிருந்தது. தெருவின் முதல்வீட்டு ஓட்டு முகப்பில் உட்கார்ந்து இறக்கையைப் படபடத்து அலகை ஓட்டில் உராய்ந்து கொண்டது. பிறகு சட்டென்று எழும்பி பந்தலின் முன்புறத்திலிருந்து அளக்கின்ற பார்வையை சுற்றிலும் விரித்தது. கீற்று சரசரக்க மேலேயே கொஞ்சம் நடந்தது. அது கிருஷ்ணப் பருந்து.

ஆற்றுக்கும் அந்தப் பக்கம் மேலக்காட்டுத் திசையில் மரங்களின் நினைவிலோ - குஞ்சுகளின் நினைவிலோ பருந்து புறப்பட்டுப் போனது. பிற்பாடு நட்சத்திரங்களைஅழைத்துக்கொண்டு இருட்டு வந்து கவிந்தது.

மழைக்குறிப்பு

''வாங்க அண்ணே!'' செயற்கைச் சிரிப்புடன் சத்தமாய் அழைத்தான் கடைப் பையன். கதிரின் சைக்கிளை வாங்கி உபசாரமாய் ஓரத்தில் நிறுத்திப் பூட்டினான். ஆளற்றிருந்தது மோகனின் இருக்கை.

''எங்கடா, மோகன் இல்லே...''

''காலைல ஒம்போது மணிலேர்ந்து நா கடையைத் தொறந்துட்டு பாத்துக்கிட்டிருக்கேண்ணே - இவுரு பத்து பத்தரை மணிக்குதான் வந்தாரு, வந்தவுடனே ஜெயச்சந்திரன் வீட்லே கருமாதி - மூணு மணிக்கு தான் வருவேன்னிட்டு போய்ட்டாரு. கிராக்கிங்க வந்து கேட்டா ஒரு மணி நேரத்துல, வந்துடுவாருன்னு சொல்லச் சொன்னாரு...'' இதைச் சொல்லத்தான் காத்திருந்ததைப்போல வேகமாகத் தொடுத்துக் கொண்டிருந்தவனைத் தடுத்தது கேள்வி.

''அப்போ... வீட்லே இருக்க மாட்டாரு...?''

''இருக்க மாட்டாருண்ணே, மூணு மணிக்குதானே வரேன்னிருக்கார்.''

''நா எதுக்கும் வீட்லே போய் பாத்துட்டு வரவா.''

''எதுனா முக்கியமான விஷயமாண்ணே?'' திடீரென ஞாபகம் வந்தது போல அழுக்குத் துண்டால் மேசைக் கண்ணாடியையும் டெலிபோனையும் துடைத்து துண்டை உதறி மேசைக்கடியில் திணித்தான்.

''ஒண்ணுமில்லே... சும்மாதான்.''

''மழத்தூத்தல் போடுதே!''

''லேசான தூறல்தானே, பரவாயில்லை'' கதிர் சொன்னது காதில் விழாதவனாய் வாசல் படியில் கிடந்த மிதியடியை எடுத்து ரோட்டோரமாக படீர் படீரென தரையிலடித்தான். அவனைச் சுற்றி புழுதிக் குறும்படலம். மிதியடியை பழைய இடத்திலேயே போட்டுவிட்டு நெருங்கினான்.

''அண்ணே - காலைலேர்ந்து ஒருத்தரும் கடைப்பக்கம் எட்டிப் பாக்கலே. செய்யறதுக்கு ஒரு வேலையும் இல்லண்ணே. ஞாயித்துக் கெழமதான - மத்தியானத்துக்கு மேலே கடையைப் பூட்டிட்டு போயிடவா?''

இது மோகனுடைய கடை. கடையைப் பூட்டுவதற்கு தன் அனுமதி எதற்கென்று பதில் சொல்லப் புரியாமல் நின்றான் கதிர். அடிக்கடி வந்து போவதால் மோகனுக்கு ரொம்பவும் வேண்டப்பட்டவன் என்று நினைத்திருப்பான். நாளை இதற்காக மோகன் ஏதாவது சத்தம்

போட்டால் நான்தான் பூட்டச் சொன்னேன் என்று தப்பித்துக்கொள்ள வழி செய்கிறான் போலிருக்கிறது. பானையிலிருந்து ஒரு குவளை நீரெடுத்துப் பருகி தூறல் வலுக்கிறதாவென கதிர் வெளியே கை நீட்டிப் பார்த்தான். முன்னே வந்து நின்று ''எண்ணண்ணே...'' என்றது ஆவல் ததும்பிய முகம்.

''கொஞ்ச நேரம் உட்கார்ந்திரு. மோகன் வரலைன்னா கடையைப் பூட்டிட்டுக் கெளம்பிடு - நான் சொல்லிக்கறேன்'' கருஞ்சாம்பல் மேகச் சூழல் மங்கலான நிழலை ஸ்தாபித்திருந்தது எங்கும். பாதசாரிகளின் நடையைத் துரிதப்படுத்தியது வானத்தின் மழை மிரட்டல்.

காலிங்பெல்லின் தொடர்ந்து நான்கு மணியோசைக்கு உள்ளிருந்து எந்தப் பிரதியரவமும் இல்லை. திகைப்பாயிருந்தது. மோகன் வீட்டில் முன்னெப்போதும் இம்மாதிரியான அனுபவம் ஏற்பட்டதில்லை. காலிங்பெல்லைத் தொட்ட விரலை எடுப்பதற்குள் யாராவது வெளிப் பட்டு விடுவார்கள். கதிர் சந்தேகத்தின் லேசான துவக்கப் புள்ளியோடு வெளிகேட்டைப் பார்த்தான். பூட்டப்படாமலிருந்தது. இப்போது உள்ளே வந்தது அதன் வழியாகத்தான். வெளியே செல்பவர்கள் கேட்டைப் பூட்டாமல் போவதற்கு வாய்ப்பில்லை. மோகன் குடும்பத் தோடு வெளியூருக்குச் சென்ற நாட்களில் - தெரியாமல் வந்து, கேட்டில் தொங்கும் பூட்டைப் பார்த்துத் திரும்ப வேண்டியிருந்தது. உள்ளே யாரோ இருக்கிறார்கள். தூங்கிக்கொண்டிருந்தாலும் இந்த ஓசைக்கு பதறியடித்து வந்திருக்க வேண்டும். மீண்டும் ஒரு முறை பெல்லை இடைவிடாது அழுத்திக் கொண்டிருந்தான். உள்ளே தொடர்ந்து முழங்கும் ஒலியதிர்வை துல்லியமாக உணர முடிந்தது. ''யாரது...'' உள்ளிருந்து வந்தது பதட்டமான குரல்.

''நான்தான்''

''யாரு கதிரா?''

குரல் அடையாம் புரிந்து கேள்வியெழுப்பி ஊர்ஜிதப்படுத்திக் கொள்ள முயன்றது ஏதோ மாறுதலைச் சொன்னது.

''ஆமாம் - நான்தான்''

கொஞ்சம் எரிச்சலின் சாயலில் குரலுயர்த்தினான் கதிர். முதலில் ஜன்னல் கதவைத் திறந்து எட்டிப்பார்த்த பிறகு மோகன் கதவைத் திறந் தார். அவரைத் தாண்டி சுபாவமாக உள்ளே நுழைய முயன்ற கதிரை மறித் துக் கொண்டு சொன்னார். சற்றுக் குழறிய உச்சரிப்பு. ''இரு... கொஞ்சம் இரு போகலாம்'' லேசாக நிழலாடிய சந்தேகம் சட்டென உருப்பெற்று வடிவமானது. மோகன் இப்படிச் சொல்கிறவரில்லை. வீட்டில் எத்தனை பேர் இருந்தாலும் சமையலறை வரை கூட்டி வைத்துப் பேசுகிறவர். கதிர் வரும்போது அவர் சாப்பிட்டுக் கொண்டிருந்தால் கதிரும் பக்கத்தில மர்ந்து சாப்பிட்டேயாக வேண்டும். குளிக்கும்போது பக்கத்தில்

துவைக்கும் கல்லின்மீது உட்கார வைத்து எதைப்பற்றியாவது சொல்லிக் கொண்டிருப்பார். கதிர் பேசத் தோன்றாமல் திண்ணையில் நின்றான். கலைந்த சிகையும் வியர்த்த வெற்றுடம்புமாய் மிரட்சியாகப் பார்த்தார். நேசமற்றிருந்தது பார்வை. மெலிதான வன்மங்கொண்ட களை. தாறு மாறாக சுற்றப்பட்டிருந்த வேட்டியை மடித்துக் கட்டிக்கொண்டு ''கொஞ்ச நேரம் இங்கேயே உட்கார்ந்திரு கொல்லைக்குப் போய்ட்டு வந்திர்றேன்...'' என்று பின்கட்டுக் கதவைத் திறந்து மறைந்தார். கிளர்ந்த ஆர்வம் கதிரைச் செலுத்தியது. திண்ணையோடு தான் நிறுத்தப்பட்ட வருத்தத்தை மிகைத்து உந்தியது ஆவல். மெதுவாக உள்ளே நுழைந்தான். பாதி இருட்டாயிருந்தது கூடம். திறந்த கதவின் வெளிச்சத்தைப் பதித்துக் கொண்டது எதிர்ச் சுவரில் மாட்டியிருந்த புகைப்படம். அது மோகன் தன் மனைவியுடன் சமீபத்தில் எடுத்துக்கொண்டது. கூடத்தை ஒட்டிய வலது புற அறையின் கட்டில்மேல் முன் பார்த்திராத புதிய விரிப்பு. அந்தப் பெண் சுவரோடு சாய்ந்து உட்கார்ந்திருந்தாள். கதிரைப் பார்த்து வலிந்து உதட்டை மலர்த்திய புன்னகையில் பரிதாபமிருந்தது. ஒற்றை வார்த்தையை தோண்டி எடுத்தது நிர்ப்பந்தம்.

''வாங்க...''

அவன் பதில் சொல்லவில்லை. குனிந்து கால்விரல் நகத்தைச் சுரண்டிக் கொண்டிருந்தாள். தாலிச்சரடை முழுதுமாய் மறைக்க முடியாமல் நெகிழ்ந்திருந்தது தோளோடு போர்த்திய புடவை. எங்கோ எப்போதோ பார்த்தது போன்றிருந்த முகம். ஞாபக அடுக்குகளில் துழாவிப்பார்த்தும் தட்டுப்படவில்லை ஒன்றும். கழுவிய முகத்தைத் துடைத்துக்கொண்டே மோகன் உள்ளே வந்தார்.

''உட்கார். ஏன் நிக்கறே''

''பரவாயில்லே - கொஞ்சம் வேலையிருக்கு. அப்புறமா வந்து பார்க்கறேன்...''

''இரு போகலாம்... என்ன அவசரம்'' சகஜமாகப் பேசும் முயற்சியை தோற்கடித்தது குரல் நடுக்கம்.

''கடைக்குப் போயிருந்தேன்... நீங்க ஏதோ கருமாதிக்குப் போயிருக் கறதா மதி சொன்னான். வீட்லேயும் ஒரு தடவ பார்த்துட்டுப் போக லான்னு வந்தேன்... எப்போ வந்தீங்க வீட்டுக்கு?'' அவர் உட்கார்ந்து படுக்கை விரிப்பின் ஒரு இழையை நெருடிக் கொண்டிருந்தார்.

''வீட்டுக்கு எப்போ வந்தீங்க?''

''ம்... வந்து ஒரு ரெண்டுமணி நேரமிருக்கும்.''

''அம்மா அப்பாவெல்லாம்?''

அந்த இழையை உருவி விரலில் சுற்றிக்கொண்டே முகம் பார்க்காமல்

சொன்னார் - ''மச்சான் வீட்டுக்குப் போயிருக்காங்க அரியலூருக்கு. ஒரு கிரகப் பிரவேசம்''. அவள் நிமிரவேயில்லை. வலதுகால் பெருவிரலின் நகப்பூச்சை சுரண்டிய பிறகு அடுத்த விரலுக்குக் கை மாறியது.

''மதி மத்யானத்துக்கு மேலே கடையைப் பூட்டிட்டு வீட்டுக்குப் போறேன்னு சொன்னான்.''

''ம்...''

''சரி, நான் கிளம்பட்டுமா?''

''நாளைக்குப் பார்க்கலாம்'' என்றதில் கொஞ்சம் அவசரம்.

கதிரோடு மோகனும் வாசலுக்கு வந்தார். வாசல் குட்டை மரத்தின் கீழே விழுந்து கிடந்தன மூன்று குருவிக் குஞ்சுகள். கதிர் அருகில் சென்று பார்த்தான். மிகச் சிறிய மூன்று குஞ்சுகள். சாம்பல் நிறப்படலமாய் ரோமப்பூச்சு. இளஞ்சிவப்பான வயிற்றுப் பகுதியில் துடிப்பு தெரிந்தது. அதில் ஒன்று ஒருபக்கச் சிறகை மட்டும் விரித்தபடி ஊர்ந்தது.

''தோபாரு, கூடு பிஞ்சிருச்சி.''

மோகன் மரத்தின் மேலே பார்த்துச் சொன்னார். சிதைந்து ஓட்டை யாகியிருந்தது கூட்டின் அடிப்பாகம்.

''எடுத்து கூட்லே வச்சிரலாமா?''

''எடுத்துவை. ஆனா கூட்லேர்ந்து தவறி விழுந்த குஞ்சுகளை திரும்ப வும் குருவி சேர்க்காது.'' அப்படித்தானாவென்ற குழப்பமாய் ஒரு குஞ்சை விரலால் தொட்டுப் பார்த்தான்.

''பரவாயில்லை. மழை வேற தூறிக்கிட்டிருக்கு. எடுத்து கூட்லே விட்ருவோம்.''

''கூடு ஓட்டையாயிருக்கு. எப்படி குஞ்செல்லாம் தங்கும்?''

''துணி ஏதாவது கொண்டு வந்து கட்டி ஓட்டையை மறைச்சிடலாமா? மோகன் உடனடியாக மறுத்தார்.

''அதெல்லாம் சரியா வராது. குருவி இந்தக் குஞ்சுகளை சேர்த்துக்காது. பெரிய மழையா வரதுக்குள்ளே நீ பொறப்படு''

''சீக்கிரம் வச்சிட்டுப் பொறப்படு, மழை வரப்போகுது...'' குருவிக் குஞ்சுகளை வேடிக்கை பார்ப்பதற்கு வந்து நின்ற இரண்டு சிறுவர்களை மோகன் அதட்டி விரட்டினார்.

''எனக்கு இதைத் தொடறதுக்கு ரொம்பக் கூச்சமா இருக்கு. நீங்களே எடுத்து விட்டுடுங்களேன்... ப்ளீஸ்''

கதிரை சில நொடிகள் இமைக்காமல் பார்த்தார். அதன் மறைவான

உக்கிரவீச்சு பற்றி அக்கறையற்றவனாய் கதிர் குஞ்சுகளையே பார்த்துக் கொண்டிருந்தான். மூன்று குஞ்சுகளையும் வலக்கையில் எடுத்துக் கொண்டு தடுப்பு சுவரின் மீதேறி கூட்டின் மேலாக அவைகளை விட்டவு டன் - அப்போதே ஓட்டையின் வழியே தரையில் விழுந்தன. சுவரிலிருந்து இறங்கி மோகன் சொன்னார்.

''அத ஒண்ணும் செய்ய முடியாது. அவ்ளோதான். போய்ட்டுவறியா நாளைக்கு கடையிலே பார்க்கலாம்.'' சைக்கிளைத் திருப்புவதற்கு முன்பாக அறைந்து கதவு சாத்தப்படும் சப்தம்.

வந்தவழியே திரும்பப்பிடிக்காமல் நாடார் காலனி வழியாக பள்ளிக் கூடத்தைக் கடந்து வந்து கொண்டிருந்தான். மழை. எடுத்த எடுப்பிலேயே சீற்றமாய் பீய்ச்சியடித்தது. ரோட்டோரத்தில் பூட்டிக்கிடந்த மாவுமில் லின் ஒட்டுத்திண்ணையில் ஒதுங்கிக்கொண்டு சைக்கிளை காலருகில் சாய்த்து நிறுத்தினேன். ஓட்டின் மேலிருந்து விழுந்த தண்ணீர் சைக்கிள் பாரில் பட்டுத்தெறித்து கால்பகுதியை நனைக்கத் தொடங்கியது. மிகத் துரிதமாய் இரண்டொரு சைக்கிள் மிதித்துக்கொண்டு மழையில் போவ தைப் பார்த்துக்கொண்டிருந்தான். லேசாக மழை சுணங்கினால் பக்கத்துத் தியேட்டர்க்குள் உட்கார்ந்திருந்து படம் விட்டதும் வீடு திரும்பத் திட்ட மிட்டு மழை ஓயக் காத்திருந்தான் கதிர். அடக்கிவைத்த காதலை யெல்லாம் இன்றோடு தீர்ப்பதாய் சற்றும் தொய்வற்று மழை பூமியைப் பிணைத்துக் கொண்டிருந்தது. எதிரே சாக்கடையும் மழையும் கலந்து நுரைக்குமிழ்களோடு நீரோட்டம் ஆரம்பித்தது. மோகன் புறப்படச் சொல்லி வற்புறுத்தியபோது தாமதித்ததற்கு குருவிக்குஞ்சுகள் மட்டுமே காரணமல்லவென்று பட்டது.

களவு

வேலிமுட்களின் தடையைக் கீறலாகத் தாங்காமல் எப்பழுதுமின்றித் தாண்ட வேண்டும். விஜயா பல தடவைகள் எச்சரித்திருக்கிறாள். இந்த அபாயகரமான விளையாட்டை கொஞ்ச நாளைக்கேனும் நிறுத்திவைக்க லாம் என்று. வாய் சொல்வதை அவளின் முகம் மறுக்கும் உடனே. இனிமேல் இப்படி வரமாட்டேன் என்பான் சங்கரன். எச்சரிப்பு தாழ்ந்த வேண்டுகோளாக மாறும். ''எல்லாம் கருவமுள்ளு வேலி. அசந்தா கிழிச்சிப் புண்ணாக்கிடும். கொல்லையில விஷப்பூச்சிகளும் பேர் சொல்லாததும் பெருகிப்போய்க் கிடக்கு. நீங்க கொஞ்சம் கவனமா வரணும்...''

விஜயா காத்துக் கொண்டிருப்பாள் எனும் எதிர்பார்ப்பு விறுவிறுப் பேற்றுகிறது. அவள் வீட்டுக்கொல்லைப்புறத் தோட்டத்தின் கிணற்று மறைவில் அமர்ந்து பதட்டமாய் தாவணி முனையைச் சுருட்டி மென்ற படியிருப்பாள். தோட்டமல்ல அது. சில மரங்களுடன் புல்லும் புதர் களும் - முட்தாவரங்களும் மலிந்த விசாலமான கொல்லை. விஜயா தொட்டியில் சில பூச்செடிகளையும் கொல்லையின் முடிவில் ஒரு பசலைக் கொடியையும் பராமரித்து வருவதாலேயே அது தோட்டமாயிற்று.

இவ்வளவு தடவைகள் பழகியும் நள்ளிரவில் வேலிதாண்டுவது என்பது அசாதாரணமாகவே இருக்கிறது. நிலவும் இல்லை இன்றைக்கு. வெளியெங்கும் கலப்பற்று குத்தி நிறைந்த இருள். சங்கரனின் வீட்டிலிருந்து மூன்று கொல்லைகளைத் தாண்டி விஜயாவின் வீடு. சங்கரனுடைய வீட்டுப் பக்கம் மதில்சுவர் எல்லை வகுத்தது. அதைத் தாண்டுவது அப்படியொன்றும் சிரமமானதில்லை. அதைத்தொடர்ந்த இரண்டு முள்வேலிகள்தான் சவால். எல்லா வீட்டுக் கொல்லைப்புற முடிவுகளையும் தொட்டிணைத்துக் காவிரி. கரையின் அப்புறமெங்கும் மூங்கில் கூட்டங்களும் வாழைத்தோப்புகளும் வன்மரங்களும் நாணல் காடுமாய் உயிர்த்த காவிரி.

உறுதியான முள்வேலியின் இருவசத்தும் இணையாக வைத்துக் கட்டப்பட்டிருந்த மூங்கிலில் ஏறி அடுத்த கொல்லையில் குதிக்க இருக்கிற இடத்தை உத்தேசப்போக்கில் நிதானித்துக்கொண்டான். ஒன்றையும் பிரித்தறிய முடியாத இருட்டில் அடங்கிக்கிடந்தது தரை.

போனவாரம் வேலிக்கு மறுபுற ஓரத்தில் வெட்டப்பட்ட வாழை மரங்கள் கிடத்தப்பட்டிருந்தது தெரியாமல் குதித்து வாழை வழுக்கலில், மல்லாந்து முதுகிலேற்ற அடியின் வலி மிச்சமிருந்தது இன்னமும். குதிக்கும்போது எவ்வகையிலும் சப்தமெழக்கூடாததுதான் முக்கியம்.

சப்தம் காட்டிக்கொடுத்தால் பறிபோகும் சந்திப்பு. வேலி தாண்டுவதில் அல்லது வேலியை ஊடுருவுவதில் ஒவ்வொரு கட்டத்திலும் உத்வேக மில்லாவிடில் விழுதலும் விபரீதமுமாகப் போகும்.

சங்கரன் குதித்தான். நல்லவிதம். இந்த விவகாரத்தில் ஒரு பூனையின் பாதத்தைவிடவும் தீவிரமென்மையைப் பாதங்களில் முனைந்து கொள் கின்றன கால்கள். ஒரு சாகச மௌனத்துடனும் புலன்களின் சகல கூர்மை யுடனும் சங்கரன் ஆசுவாசத்திற்காகச் சற்று நின்றான். இப்போது நேரம் என்னவாயிருக்கும் என்று கணிக்கத் தடுமாற்றமாயிருந்தது. உதயகுமார் டூரிங் தியேட்டரில் இரண்டாவது காட்சி முடிந்து திரும்புகிறவர்கள் அவனது வீட்டைக் கடந்து சென்ற அரவம்கேட்டு வெகுநேரம் கழித்து தான் புறப்பட்டான் எப்போதும்போல. இரண்டரை அல்லது மூன்று மணியிருக்கும் அந்தக் கணக்கின்படி. விளக்கைப்போட்டு கூடத்துச் சுவரில் மாட்டியிருக்கிற கடிகாரத்தைப் பார்ப்பது வலிய இழுத்துக்கொள் ளும் தீவினையாய் முடியும். வெளிச்சம் முதல் ஆளாக மங்களத் தாத்தாவை உசுப்பும். பிறகு அப்பாவை. அப்பா எழுந்தால் அதோகதி தான். உருப்படியாக வயல் வேலையும் பழகாமல் எட்டாம் வகுப்பிற்குப் பிறகு படிப்பும் ஏறாமல், தகப்பனின் வசை நீசத்தை காவிரி நீச்சலில் கழுவிக் களைந்துவிட்டு திரிந்த நாட்கள் அவை. எந்த உத்தேசமுமில்லா மல் கழிந்தன பொழுதுகள். அப்போதுதான் இளமையின் திமிறலால் ஏவப்பட்டு விஜயாவைச் சரணடைந்தான். நேற்றுதான் ஆத்தா சொல்லிக்கொண்டிருந்தாள் - தூரத்து உறவினர் ஒருவருக்குச் சொந்தமான லாரியில் அவனை கிளீனராகச் சேர்த்துவிட அப்பா நினைப்பதாக. அம்மா இருந்திருந்தால் நிச்சயம் இதற்குச் சம்மதித்திருக்க மாட்டாள். விஜயா வைத் தாண்டி தொலைவு செல்வதைவிட தற்கொலைதான் வழி. இன்னும் ஒரு வேலிப்படலை மட்டும் தாண்டிவிட்டால் போதும். அருட்பெரும் அணைப்பு வரவேற்கும் அங்கே. முலைகளுரசி மனந்தழைக்க, மூச்சை யும் பேச்சையும் காந்த வீச்சுகளாக்கி வினாடிக்கொருமுறை விழுங்கும் விஜயா. எல்லாம் ஒப்பும், எவற்றிலும் சிறப்பேறும். காதல் இனிதுற்று துப்பித்தந்த பொருள் உவந்து கூட்டும் அழியாச்சுவை. திகட்டும்வரை தாங்கி அடிமுடிதொட்டு அன்பளித்துத் திருப்பும் அயரா மையலுடைய விஜயா... அபயங்கோரி பரஸ்பரம் அடைக்கலமாகி முற்றுமுழுதாய் ஒன்றையொன்று ஆண்டுகொள்ளும் உடல்களை காணக் காத்திருக்கிறது கிணற்றடி மேடை.

அவ்வப்போது எகிறித்தாழும் பூச்சிகளின் கூச்சல். ஒவ்வொரு குரலுக் கும் தொனிவேகம், ஆனந்தம். புறங்கையில் படர்ந்து ஒழுகிற்று மின்மினித்திரள். ஏதேனும் விஷப்பூச்சிகள் புகுந்திருக்கும் என்ற ஜாக்கிரதையுடன் லுங்கியை அவிழ்த்து உதறிக்கட்டினான். இரவோடு காற்றும் இறுகி ஸ்தம்பித்தது புழுக்கமாக. மழை வருமோ என ஆகாயத் தைப் பார்த்தான். விட்டேற்றியாகக் கொஞ்சம் முன்னேறி வந்த மேகத்திர ளொன்று தூக்கம்மேவி ஓய்ந்து கிடந்த வீடுகளையும் எழுச்சியின்

உந்தலில் எதையும் நேரிடச் சித்தமாயுள்ளவனையும் கண்டு கடந்தது. முகவியர்வையைத் துடைக்கும்போது கைகளில் தாழம்பூ வாசனையடித்தது. தாழம்பூ மணம் வீசினால் பேர் சொல்லாதது அருகிலெங்கே இழைகிறது என்று பேசிக்கொள்வார்கள். இரவில் மட்டும் 'பாம்பு' என்று சொன்னால் - தங்களைத்தான் அழைக்கிறார்கள் என்று பாம்புகள் அவ்விடத்திற்கு வந்துவிடுமென வழங்கி வருகிற நம்பிக்கையில் சங்கரனுக்கு ஒப்புதல் இல்லாதிருந்தும், தவிர்க்க முடியாதபடி பெயர் சொல்லாததுகள்மீது, இந்த இரவில்புதர்களும் செடிகொடிகளும் ஈரத்துடன் மண்டிய ஆற்றின் அருகாமைச்சூழலில், தென்படுகின்றவைகளையும், வீட்டுத்திண்ணை உத்திரத்தில் வாலை மட்டும் கீழே தொங்கவிட்டு உல்லாசமாக ஓய்வெடுக்கிறவைகளையும். பலமுறை அடித்துக் கொன்றிருக்கிறான் எந்தத் தயக்கமுமில்லாமல். அந்தப் பராக்கிரமங்களெல்லாம் பயனிக்காத பொழுது இது. இருட்டின் சகாயம் கிடைத்த பெயர் சொல்லாததுகள் பெருவலிவடைந்து கால் வைக்கப் போகிற இடத்தில் தலையுயர்த்திக் காத்திருக்கலாம். நினைவிலும் பேர் சொல்லாததுகள் என்றே குறிப்பது உத்தமமாகப் பட்டது.

ஆற்றங்கரைத்தூரத்தில் ஒடிந்த மரக்கிளைபோன்று எதுவோ விழுகின்ற ஓசையைத் தொடர்ந்து திரும்பி விடும்படி அறிவுறுத்திய ஒரு திடுக்கத்தை நெறித்தடக்கினான் சங்கரன்.

விஜயா எதிர்பார்த்திருப்பாள். அவளோடு ஏதாவது பட்சணங்கள் இருக்கும். தாமதமாவதால் பயந்து போயிருப்பாளோ ஒருக்கால்... முள் முருங்கை இலையை அரிசிமாவுடன் சேர்த்தரைத்துச் செய்த தோசையைத் துணித்து ஊட்டுவாள் தேகத்திற்கு நல்லதென. வறுத்த அரிசிமாவுடன் தேன் கலந்து பிசைந்தெடுத்த உருண்டைகள். உப்புநீரில் ஊறவைத்த புளியங்கொட்டைகள். இப்படியான பட்சணங்கள், வறுத்தமீன், மாமிச வகைகள் கிடைப்பது அரிதானது. ஏதாவது அக்கறையாகத் கொடுப்பது அவளுக்கு மிகமகிழ்வளிக்கும் காரியம். விடைபெறும் நிர்ப்பந்தமாக - ஏதும் சொல்வதற்கில்லாமல் அவன் உடலோடு பிணைந்துகொண்டு அவள் துயருறும் தருணங்கள்தான் தாங்க முடியாத அபாரக் கலக்கமாகப் போகும்.

சந்திப்பின் முன்பு போக்குக்காட்டி மிரட்டிய அச்ச நினைவுகள் அத்தனையும் அப்போது பதுங்கும் எங்காவது. கதவைத் திறந்துகொண்டு யாராவது வந்து அவர்களைக் கையும்களவுமாகப் பிடித்தால்கூட பொருட்டான விஷயமாகாத வேளை. விஜயா அப்போது கூச்சத்தைத் துடைத்தெறிந்து துல்லியப்பட்டிருப்பாள். அவ்வப்போது சன்னமாகத் தலைகாட்டுகின்ற வெற்றுத் தற்காப்புணர்வு அவளைக் கைவிட்டிருக்கும். வேட்கை மீறமீற, வேண்டாம் வேண்டாம் என்று கெஞ்சிக் குழையும் பொய்க் கண்டிப்பும் கரைந்துலர்ந்திருக்கும் சிணுங்கல்களாக.

சங்கரனின் வலுவான கரங்களுக்குள் மேலும் மேலும், ஓய்ந்த

பின்னும் இளகி ஒண்டி ஒடுங்குகிறவளைப் பரிதாபத்துடன் புலம்பத் தேற்றி தன்னை வலுக்கட்டாயமாகப் பிரித்துக்கொண்டு போவான். தன்மீதுளுள்ள நம்பக்கைக் குறைபாட்டினால் தான் இறுதியில் அதிகம் குமைகிறாளோ என்று கூடப்படும்.

வேலியோரமாகவே நடந்து ஆற்றங்கரை எல்லைக்கும் கொஞ்சம் முன்னால் வந்தான். அந்த இடத்தில்தான் கீழ்ப்பகுதி வேலியைக் கொஞ்சம் பிரித்து, பிரித்தது தெரியாமல் மறைத்திருந்தது. அந்த இடம் சுலபத்தில் தட்டுப்படவில்லை. கீழே மண்டியிட்டுத் தவழ்ந்து கையில் பட்டும் படாமல் வருடி இணைப்புகளைப் பரிசோதித்தும், தள்ளிப் பார்த்தும் நகர்ந்தான். முழங்காலில் கல்முனையோ கண்ணாடித்துண்டோ சுரீரென்று ஈர்த்தது. கொல்லைக்குச் சொந்தக்காரன் அகஸ்மாத்தாக வந்து தன்னைக் கண்டுபிடிக்க நேர்ந்தால் ஏற்படும் விளைவுகள் பற்றிய கற்பனையில் ராட்டினச்சுற்றாக இதயம் வளைந்து நிமிர்ந்தது. இதையெல் லாம் கடந்து அவளை எதிர்கொள்ளும்போது பலநூறு வேலிகளை ஊடறுத்துப்போய்ப் பிடித்துவிடக்கூடிய புதிய உத்வேகம் தோன்றும். தவித்துத் தன்னந்தனியாக வண்டுகளின் குரல் செறிவிற்கிடையே கண்கலங்கிச் சமைந்திருப்பவளை இலைச் சலசலப்பு இருளின் மேற் சிந்தியது. காற்றுக் குளிரோட்டத்தில் சிலிர்ப்புண்ட அவன் உடலில் கால் வைத்து இறங்கிய தூறல் பின்னோடு மழையை இழுத்தது. கைபட்ட ஓரிடம் கொஞ்சம் தளர்ந்து உள்ளமிழ்ந்து கொடுத்ததும் வசதியாக உட்கார்ந்து அந்த இடத்தின் முட் சுள்ளிகளை அகற்றத் துவங்கினான். லுங்கியை நன்றாக மேலேற்றிச் சுருட்டி இறுக்கியாயிற்று - நுழையும் போது கிழிபடாமல் இருக்க. ஒரு பன்றியைப்போல, ஒரு நாயைப்போல உடலை முடிந்தளவு சிறுத்துக்கொண்டு ஊடே தவழ்ந்து வேலிக்கு அப்புறத்தில் தன்னைத் தள்ளியபோது முள்ளின் ஆட்சேபத்தை ஒத்துக் கொண்டு ஈனஸ்வரத்தில் சட்டை கிழிந்தது.

உண்டாக்கிய வழியினூடாக கழற்றிய சட்டையை முதலிலேயே அப்புறத்தில் வைக்கும் வாடிக்கை மறந்திருந்தது. இன்றைய குழப்பத் திற்கு, தன்னுள்ளிலிருந்து தன்னைச் சோர்வடையச் செய்யும் இனம் புரியாத எதிர்ப்புணர்வா, என்றைக்குமில்லாதபடி அனுகூலங்களைத் தங்கள் பக்கம் வாரிச்சேர்க்கின்ற இருளோ மழையோ காரணம்... முழங்கால் எரிச்சலில் தடவிய விரல்கள் புரட்டிய ரத்தம் நீர்த்தது மழையால்.

கண்களுக்கெதிரே உயர்த்திய சட்டையின் நீளக்கிழிசலில் மின்னல் ஒடிந்தது. விஜயா வந்திருக்கவில்லை. அவளைக் காணாமல் திரும்புவ தென்பது நிகழ்ந்திராதது எப்போதும். இன்னுஞ் சற்றுநேரத்தில் வந்து விடுவாள்? புறப்பட்டது தாமதமாயிற்றேவென்ற வருத்தம். தொடர்ந்த மின்னல் வீச்சுகளில் ஆற்றங்கரை நெடுகிலுமுள்ள மரங்கள் தோன்றித் தணிந்தன. இடியின் குமுறல் கலக்கமாகமனதில் எதிரொலித்தது.

வாரத்திற்கு இரண்டுமுறை கோலமாவு விற்கத் தெருவிற்குள் வரும் அலமேலுவிடம் - விஜயாவிற்கான தகவல் சைகையாகச் சேர்க்கப்பட்டிருக்கிறது. அலமேலுவிற்குப் புரியும். அவளால்தான் இத்தனை மாதங்களாக சந்திப்பு குறிக்கப்படுகிறது, வெற்றிகரமாக. தேர்ந்தவள் அவள். விஜயாவின் அம்மாவிடம் எதையாவது சுவாரஸ்யமாகக் கதைத்துக் கொண்டிருந்து - எப்படியாவது செய்தியை ரகசியமாகக் கடத்திவிடுவாள். இதற்கான பிரதி உபகாரம் - உதயகுமார் தியேட்டரில் வெள்ளிக் கிழமைதோறும் படம் மாற்றும்போதெல்லாம் டிக்கட் செலவிற்கு அலமேலுவிற்குத் தேவைப்படும் ஐந்துரூபாய். கல்லூரி முடிந்து விஜயாவும் கோலமாவு, வர்ணப்பொடிகள்,எலிமருந்து மொத்தமாக வாங்கிக் கொண்டு அலமேலுவும் கும்பகோணம் பஸ் ஸ்டாண்டில் சந்தித்து ஒரே பஸ்ஸில் கிராமத்திற்குத் திரும்ப வேண்டியிருக்கும், எப்போதாவது. அலமேலுவிற்கு ஜாக்கெட் துணி வாங்குவது அவளது இரண்டுவயது மகளுக்கு கொலுசு வாங்குவது போன்ற அதிகப்படியான செலவுகளுக்கு அந்தவேளையில் விஜயாவிடமிருந்து பணம் கைமாறும். சந்தேகமில்லாமல் செய்தி சென்றடைந்திருக்கும். நாளை விடுமுறை நாளானதால் தாமதித்து வருவாளாயிருக்கும்.

எங்கோ பெய்த பெருமழையின் காரணமாக அணைக்கரைத்தேக்கம் திறந்துவிடப்பட்டதால் இரண்டாள் உயரத்திற்கு ஆற்று நீர்ப்பாய்ச்சல் வேகமடைந்திருந்தது. மழை மிகுங்காலம் ஆறும் அகன்று வேலியைக் கடந்து கொல்லைகளுக்குள்ளும் விரிந்தபடி ஓடும். விதவிதமான பெயர் சொல்லாததுகள் அந்த சமயங்களில் அண்டிவருவதால் ஆட்களின் நடமாட்டத்தின்போது ஒரு டார்ச்லைட் உடனிருக்கும்.

கிணற்றடி தடுப்புக் கட்டையில் சட்டையை வைத்துவிட்டு உடலைச் சாய்வாகத் தளர்த்தினான். மட்டுப்பட்டு வருவதாயிருந்தது மழைச் சத்தம். தலையை அழுத்தமாகத் தடவி தண்ணீரை வழித்துவிட்டான்.

மெலிவுடைய உடலும் தலையும் கொண்ட பெயர் சொல்லாததொன்று தன் வழிக்குக் குறுக்காக கொத்தாக வைக்கப்பட்டிருந்த சட்டையை ஆராய்ந்து உட்புகுந்து, கிடைத்த வசதியில் சுருண்டுகொண்டு சும்மாயிருந்தது.

முழங்கால் வலியடவுகளின் தனித்தனி காந்தலில் ரத்தம் கசிந்தது. விஜயாவிற்கான ரத்தம் மறுபடியும். பாலக்கரைச் சந்தைக்கு முன்பொரு முறை வாழைத்தார்கள் ஏற்றிக் கொண்டுபோன சந்தர்ப்பத்தில் வெகுநாள் ஏக்கம் சாத்தியமாயிற்று. வாய்ப்பாக அப்பா அன்றைக்கு சந்தைக்கு வரவில்லை. பாட்டியின் நச்சரிப்பை இனியும் சகித்துக்கொள்ள முடியாத நிலையில் இரட்டை வடம் சங்கிலி ஒன்று செய்யச் சொல்வதற்காக மயிலரடுதுறை சென்றிருந்தார். சந்தையில் காத்திருக்கச் சொல்லி வண்டியை அனுப்பிவைத்துவிட்டு யாருமறியாமல் அந்த இடத்திற்குச் சென்றான். ரத்தப் பரிசோதனை நிலையம் என்றெழுதி துருப்பிடித்து

மட்கிய போர்டைப் பார்க்கையில் ஏற்பட்ட இளப்பம் உள்ளிருந்த ஆளைப் பார்க்கையில் சட்டென்று மதிப்பானது. வெள்ளைச் சட்டையும் அதே நிறப் பேண்ட்டும் அணிந்து அமர்ந்திருந்த மத்திமப் பிராயமுடைய வர் இங்கிதமாகப் புன்னகைத்தார் இவனைப் பார்த்து. எதற்கென்று தெரியாமல், அவர் நீட்டிய கரத்திற்கு மிரண்டான் சங்கரன். ''பிரிஸ்கிரிப் ஷனைக் கொடுங்க'' என்று அவர் கேட்டதற்கு இல்லையெனத் தலை யாட்டினான்.

''என்ன வேண்டும் உங்களுக்கு?''

''என் உடம்பிலிருந்து அரை லிட்டர் ரத்தம் எடுத்துக்கொடுக்க முடியுமா?''

''அரை லிட்டர் ரத்தமா? எதற்கு?'' - ஏற்கனவே தயாரித்து ஒத்திகை பார்த்திருந்த பதில் பட்டென்று வந்தது.

''எங்க தலைவரை ரத்தத்தால படம் வரைஞ்சு அவருக்கு அனுப்ப ணும்...'' அங்கங்கே நரைத்திருந்த தலையை நீவிக்கொண்டே கனிவுடன் உற்றுப் பார்த்தார் அவர். ஒரே சமயத்தில் அவர் பல் தெரியாமல் சிரிப்பது போலவும் இல்லையாகவும் தோன்றியது. பேசாதிருந்த சற்று நேரத்திற் குப் பிறகு ''அதுக்கு அரை லிட்டர் ரத்தமா அவசியப்படும்?'' என்றார்.

அடுத்த கேள்வியாக அவரிடமிருந்து ''எந்தத் தலைவரை வரையப் போறீங்க'' என்பதை நோக்கியிருந்த சங்கரனுக்கு அதற்குரிய மிடுக்கான பதிலை சொல்வதற்கு வாய்ப்பற்றுப் போனது. முகத்தை உறுதியாக அசைத்து ''கட்டாயம் அரை லிட்டர் எடுக்கவேண்டும்'' என்றான்.

அவனை கட்டிலில் படுக்க வைத்து உடலை நேர்சீராக அமைத்து இடது முன்கைப் பகுதியில் ஏதோ சில்லென்ற மருந்தைத் தடவினார். கையில் ஊசி இறங்கியபோது சங்கரனின் கண்களில் எதன் பொருட்டோ நீர் சுரந்தது. அவர் ஏற்கனவே மிகச் சிறிய அளவிலாயினும் பரிச்சயப்பட்ட வராயிருந்தால், அவரிடம் எல்லாமும் ஒப்பித்து அழலாம் போலிருந்தது. வழிந்து காதுப் பக்கத் தலைமுடி தொட்ட கண்ணீரை அவர் காணாதபடி துடைத்துக் கொண்டான். ஒரு கடிகாரத்தையும் - பிள்ளையார் படத்தையும் தவிர வேறொன்றுமில்லை சுவரில். ரத்தம் இறங்கிக் கொண்டிருப்பதாய் உணர்வில் பதியவில்லை.

சற்றே ஒட்டடை படிந்திருந்த மேற்கூரை ஓட்டின் மையக் கண்ணாடியில், விஜயா நாவை வளைத்து எச்சில் குமிழிகள் உண்டாக்கி அவன் நெற்றியிலும் கன்னங்களிலும் ஒட்டவைத்து விளையாடிய அடையாளப் புள்ளிகள். அதிலொன்று உதிர்ந்து கண்ணாடியிலிருந்து வீழ்ந்த ஒளிக்கற்றையினூடாக அலைந்தலைந்து இறங்குவதை உதட்டில் தாங்க ஆர்வம் குமுறியது. படுத்த கிடப்பிலேயே உடலை அசைத்தான். அது இறங்கிப் பொருந்தும் இடம் கணிப்பிறகப்பாறபட்டிருந்தது. அது

சற்று மேலேறுவதும் தாழ்வதும் ஒளிக்கற்றையைவிட்டு விலகுவதும் சேர்வதுமாய் அல்லாடியது. அதைத் தொடரும் கவனம் தன்னுள் ஒரு தத்தளிப்புச் சூழலாக மாறித் திமிர்ப்பதை அடக்கமுடியாத அவஸ்தையா யிருந்தது. காற்றின் சிறிய தன்மைமாற்றத்தில் பதறி மேலேறிய அது எங்கோ மறைந்தது.

அவர், செய்தித்தாள் படித்துக்கொண்டிருந்தவர் எழுந்து வந்து ஊசியை உருவியெடுத்துவிட்டு மருந்து தோய்ந்த பஞ்சை துளைத்தடத்தில் அழுத்தி கையை மடக்குவித்தார். சில நிமிடங்களுக்குக் கையை அதே நிலையில் வைத்திருக்கப் பணித்து ரத்தம் நிரம்பிய பாட்டிலை எடுத்து உள்ளே சென்றார். இருநூறு மில்லிதான் எடுத்திருப்பதாகவும் - கெமிக்கல் கலந்திருப்பதால் ரத்தம் மூன்று நான்கு நாட்களுக்கு உறையாமலிருக்கு மென்றும் - வரையும்போது ரத்தத்தோடு கொஞ்சம் சிவப்புநிறம் சேர்த்துக்கொண்டால்தான் பிரகாச நிறம் கிடைக்குமென்றும் அவர் சொன்னதை சங்கரன் சிரத்தையோடு கேட்டுக் கொண்டான்.

ரத்தப் பாட்டிலுக்குள் விஜயாவின் புகைப்படத்தை இட்டு பாட்டிலின் வாயை இறுக்கமாக அடைத்தும் சமாதானமாகாமல் ஐந்தாறு படலங்க ளாக செய்தித்தாளை ஒட்டி மேசை இழுப்பறையில் மறைத்தான். அது அவனுடைய உபயோகத்திற்கு மட்டுமுடைய மேசையென்றாலும் மேசை இழுப்பறை இப்போது பூட்டப்பட்டிருக்க வேண்டியது தவிர்க்க இயலாததாயிற்று. நாளின் சில தடவைகள் திறந்து பாட்டிலை விரல்களால் ஸ்பரிசிப்பதில் ஏற்பட்ட அசாதாரண திருப்தி விஜயாவை அவனுக்கு மிக அருகிலேயே எப்போதும் இருத்தியது. தொடக்க நாட்களில் பிரச்சினையொன்றுமில்லை. ஒரு வாரத்திற்கு மேலானபோது ஆத்தா மூக்கைச் சுளித்துக்கொண்டு ''ஏதோ நாறுகிறமாதிரி இல்லே?'' என்றாள். அடுத்தநாளே மறுபடியும் சொன்னாள்'' எலி ஏதாவது செத்துக் கெடக்குதான்னு மூலை முடுக்குவிடாமல் தேடிப் பார்த்துட்டேன்... ஒன்னத்தையும் காணோம். இது எலி செத்த நாத்தம் மாதிரியும் தெரியல. உன் மேசையிலிருந்துதான் வர்றமாதிரி இருக்கு. எல்லாத்தையும் வெளியே எடுத்துட்டு சுத்தம் பண்ணு'' அவள் சுட்டிய பிறகுதான் அந்த நாற்றம் அவனையும் தொற்றியது. ரத்த நாற்றம் இப்படியுமிருக்கு மென்பது நம்ப முடியாத பயங்கரமாயிருந்தது. சந்தோஷத்தைப் பொடித்து வெளியே ஊதித் தள்ளியது நாற்றம். இதைப் போலத்தான் ஒரு அகாலத்தில் - அப்பாவும் பாட்டியும் ஆழ்ந்துறங்கக் காத்திருந்து காவிரிக் கரை நெடுக மிக நீண்டதூரம் துக்கம் முகத்திலடிக்க பாட்டிலுடன் நடந்தது. காற்றுமுற்றது ரத்த நாற்றத் தீட்டு. இப்படியாகுமென்று தெரியவில்லை. நிலவிற்கும் நேர்கீழாக ஒரு நாணல் தொகுப்பினருகில் பாட்டிலைத் திறந்து நீரில் கவிழ்த்தான். கொட்டாமல் கெட்டியாகி யிருந்தது ரத்தம். பாட்டிலை உடைத்து ரத்தத்தில் ஊறியிருந்த விஜயாவின் புகைப்படத்தை வெளியே எடுப்பதற்கு உபாயமொன்றும் கூடவில்லை. கரையோர மணலும் - குமட்டிக்காய்க் கொடிகளும் நாணலும்

அவனுக்குதவமுடியாத வெட்கத்தில் கிடந்தன. பலங்கொண்ட மட்டும் தூரமாய் பாட்டிலை நீருக்குள் வீசியெறிந்தான் சங்கரன். பெற்றுக் கொண்டதற்கான பற்றுச்சீட்டாய் ஆற்றிடமிருந்து வந்தது சிறிய சப்தம்.

விஜயா வந்து பார்த்துவிட்டு திரும்பியிருப்பாள் எனும் யூகத்தைப் பொருட்படுத்தவிடாமல் ஆவேசம் அதே இடத்திலேயே இழுத்துப் பதித்தது. காமத்தால் செதுக்கித் தள்ளத்தள்ள மீண்டும் கிளைத்து வந்தது காலம். ஆகாசக் கருஞ்சாம்பல் வெளிறலின் கீழே ரோமக் கொத்துகளென முளைத்து மூடிய மரங்களின் நடுவில் அவள் வீடு அவனை முற்றிலும் புறக்கணித்துத் தொலைவிலிருந்தது, இருள் மருவைப்போல.

மொய்த்துப் பிடுங்கிய குளிர். அதில் ஆலிங்கனச் சூட்டை பலியாகக் கேட்டது வேட்கை. கல்லில் பொறிக்கப்பட்டு கடலடியில் காக்கப்பட்டு வந்த இந்த சந்திப்பு நிச்சயம். சங்கரன் வெறுமனே எழுந்து நின்றான். விஜயாவின் வீட்டை நோக்கி எல்லாமுமாக வழி நடத்தின.

வீட்டுப் பின்கதவின் அருகில் சென்றபோது உள்ளே யாரோ பேசிக் கொண்டிருப்பது கேட்டது. விஜயாவினுடையதல்ல அந்தக் குரல். பதில் சொன்ன மற்றொன்று அவள் அம்மாவுடையது. விஜயாவையும் அவள் தாய் தந்தையும் தவிர வேறு யாருமற்ற வீடு அது. ஒரு பெண் விருந்தாளி யினால்தான் விஜயாவிற்குச் சிக்கலாகியிருக்கும். இல்லாவிட்டால் எப்போதோ வந்து திரும்பியிருப்பாள். வரச்சொன்ன நாளில் அவள் தவறியது கிடையாது. இப்போதைக்கு வேறொன்றும் செய்வதற்கில்லை. திரும்ப வேண்டியதுதான். தூக்கக் கலக்கத்தில் ஆயாசமாக உரையாடிய அந்தக் குரல்கள் ஓய்ந்து நேரமாகிய பின்னும் சங்கரன் நின்றிருந்தான். நிலைப்படியில் இரு கரங்களையும் விரித்து நெஞ்சைக் கதவோடு சேர்க்கும்போது கன்னத்தில் கதவின் ஈரம் பரவசமாயிருந்தது. ஆழ்ந்த முத்தமொன்றை ஓசையின்றி வாங்கியது கதவு. அது, தொட்டுக்கொண் டிருந்த சுவர்களில், கூரையில், உள்தரையில் பரவி தரையில் பாய்விரித்து எரிகின்ற காதலோடு ஏங்கித் தூங்குவதுபோல் கிடந்தவளிடத்தில் சேர்ந்தது அவனறியாமல்.

சங்கரன் திரும்பி இரண்டடி நடப்பதற்குள் வீட்டின் கூரையிலிருந்து தொங்கிய மின் விளக்கு வெறிபிடித்த ஏவல் நாயைப்போல திடீரெனப் பாய்ந்து சூழ்ந்தது ஒளியாக. கொல்லைப்புறக் கதவை யாரோ தாழ்நீக்கித் திறந்தார்கள். அச்சம் அடிவயிற்றிலிருந்து உருவியெடுத்த ஒருபெண்ணின் கோர அலறல். ''திருடன்... திருடன்...''

ஓட்டமல்ல. சம்ஹரிக்கவரும் அம்மனுக்குத் தப்பிக்குந் தாண்டுதல். தடம் திசை திரிந்து குழம்பிக் கலவரமாய்ப் பறத்தல். சேற்றுச் சொதசொதப்பிலிருந்து குதிகாலுக்குள் செருகியது. எதுவெனத் தெரிய வில்லை. ஒருபோதும் இல்லாத வேகம். ஆயிரங் கொலை வாட்கள் பின்னே தொடர்வதான பீதி... கிணற்றடிக் கட்டையில் கழற்றி வைத்த

சட்டை நினைவில் சொடுக்கியது. திரும்பினால் தூரத்தில் தத்தி தத்தி நகர்ந்தோடிவரும் இரண்டு டார்ச்லைட் வட்டங்கள். வேலியில் கால் வைத்து ஏறி மறுபக்கம் விழுந்தான். அந்தப் பக்கமிருந்த ஆறு, வந்த வேகத்தில் சரணடைந்து விழுந்தவனை புதர்களிடமிருந்து பெற்று ஓட்டத்தோடு அழைத்துச் சென்றது. கையையும் காலையும் உதறிப்போட்டு நீந்த முயன்று சில நிமிடங்களுக்கு மேல் தொடர முடியாமல் சங்கரன் தலையை மட்டும் நீருக்கு வெளியே வைத்து போக்கோடு மிதந்தான் - புகைப்படம் ஊறிய ரத்த பாட்டிலைப் பின்தொடர்வதாக...

இப்போது நான்கைந்து டார்ச் லைட்டுகள் கொல்லையில் மூர்க்கமாகத் தேடிக் கொண்டிருந்தன. உறவுப் பெண்ணின் கூச்சல் கேட்டு அக்கம் பக்கத்திலிருந்து ஓடி வந்தவர்களுடன் விஜயாவும் நின்றிருந்தாள். விருந்தாளியாக வந்திருந்த பெண்ணிற்கு ஆற்றமாட்டாமல் வியர்த்துக் கொட்டியது.

''அட அய்யனாரே, அவன் ஆறடி உயரமிருந்தான். நான் என்னத்தச் சொல்வேன். என்னப் பெத்த ஆத்தாவே! அவன் மஞ்சத் தலப்பாக் கட்டி முறுக்கு மீசை வச்சிக்கிட்டு ஆறடி உசரத்துக்கு நின்னுக்கிட்டிருந்தான்.'' பக்கத்தில் நின்ற விஜயாவை இழுத்து அணைத்தாள். ''எங்களக் காப்பத்துனும்டா அப்பனே அடைக்கலநாதா! படுபாவிப்பய அவ்ளோ நீளமா கத்தி வச்சிருந்தானே... குத்தியிருந்தான்னா இன்னேரம் பொணமாயிருப்பேன். பெரமையாக் கடவுளே ஒனக்கு நேந்துகிட்ட காணிக்கையையெல்லாம் தப்பாம செஞ்சுடறேன்... எங்களச் சோதிக்காத...''

அந்த அரற்றலுக்கு, ஒளிவாக மந்தஹசித்த விஜயா மெதுவாகக் கிணற்றடிக்கு வந்தாள். அவன் கெட்டிக்காரன். எப்போதோ தப்பித்துச் சேர்ந்து படுத்துத் தூங்கியிருப்பான். எல்லோரும் பதட்டத்துடன் மாட்டுத் தொழுவம் - உள் அறை - பனைமர உச்சிகளில்கூட டார்ச் அடித்து தடிக் கம்புகளுடன் தேடிக்கொண்டிருந்தபோது அவளுக்கு நிம்மதியும் சந்தோஷமுமாக இருந்தது. 'போயிட்டு வா... அடுத்த தடவை பார்த்துக்கலாம்.''

கிணற்றடி தடுப்புக்கட்டையில் கைவைத்துத் தடவி உள்ளுணர்வுச் சாட்சியோடு நகர்ந்தபோது கையில் பட்டது அந்தத் துணி. குனிந்து கூடுமானவரை அதை உற்றுப் பார்த்தாள். அது அவனுடையதாக இருக்கும் என்ற தெளிவற்ற நம்பிக்கை. பட்டென்று அந்த துணியை எடுத்து தான் குளிருக்குப் போர்த்தியிருந்த போர்வையோடு சுருட்டி மறைத்து நெஞ்சோடணைத்துக் கொண்டாள். எவர் பார்வையிலும் அகப்பட்டுவிடாமல் அதைக் காப்பாற்றியதில் ஆசுவாசம். திருப்தி. கொச்சையான வசவுச் சொற்களால் திருடனை... பெரிய கத்தி வைத்திருந்த திருடனை சத்தமிட்டு அழைத்தபடியே அவர்கள் டார்ச் லைட்டோடு கிணற்றடிப் பக்கம் வந்துகொண்டிருந்தார்கள்.

விஜயா சுபாவமாக வீட்டிற்குள் நுழைந்து படுக்கையில் அமர்ந்தாள். புரண்டாலும் விலகாத விதமாக போர்வையை கால்களுக்கிடியில் கொஞ்சம் விட்டுச் சாய்ந்து தலையோடு போர்த்திப்படுத்தாள். அந்தத் துணியை வயிற்றுப் பக்கம் இருத்தினாள். திருடனைத்தேடிக் களைத்தவர் க்ள் வெளித் திண்ணையில் அமர்ந்தார்கள். விஜயாவின் தந்தை பேச்சில் மட்டும் குறைவான நடுக்கம் கசிந்தது. நீண்ட வருடங்களுக்குப் பிறகு திருடன் வந்தது முக்கிய சங்கதி. மாடு திருடு போயிருக்கிறது, கள் இறக்கும் பானைகள்கூட திருடு போயிருக்கின்றன. வாழைத்தார்களும் வைக்கோல் கட்டுகளும் இதில் அடங்கும். அதிசயமாயிருந்தது இந்தத் தடவை எதுவும் களவு போகாதது. அவன் களவாடுவதற்கு முன்பே பார்க்கப்பட்டுவிட்டது தெய்வ அனுக்கிரகம். ஆனாலும் அவருக்கு ஏதோ வகையில் உறுத்தலாயிருந்தது. குறி வைத்ததை எடுத்துப் போக அவன் பிறகும் வருவானோ... கோழிக்கூட்டிலிருந்து ஒன்றிரண்டு கோழி களையோ - அல்லது எதையாவது அவன் கொண்டு போயிருந்தால் இழப்பு தெரிந்த சமாதானத்தோடு திட்டித் தீர்த்து அந்த விஷயத்தையே மறந்துவிடலாம். பெரிதாக... முக்கியப்பட்டது... நகை நட்டுபோல அபகரிகின்ற திட்டத்தோடு வந்தானோ... எத்தனை நாள் காத்திருந் தானோ... எதையோ பறிகொடுக்கப் போகிறோம் என்ற சன்னமான உணர்வு கலங்க வைத்தது. கூடியிருந்தவர்களின் - திருடனைப் பற்றிய தத்தம் அனுபவக் கதைப் பகிர்தலிலிருந்து - பேச்சை வேறு காரியத்திற்கு மாற்ற முயன்றார். பேச நாவெழாத பீதியில் உட்கார்ந்திருந்தாள் விஜயாவின் அம்மா.

உறக்கத்திற்கும் விழிப்பிற்குமான இடைவெளியில் மனம் பூத்த மயக் கத்தில் படுத்திருந்தாள் விஜயா. அவள் வயிற்றருகில் இருந்த துணிக்கு உயிர்வந்து சங்கரனாக மாறியபோது உறக்கச் சுவையோடு ஏற்றாள். அடிவயிற்றின் நமைச்சல் அற்புதமான சம்போகக் கனவைத் திறந்தது. இன்னும் கொஞ்சம் முயன்று தூக்கத்திற்குள் விழுந்துவிட்டால் மீதமிருக் கின்ற இரவு சுகமாகக் கழியும். வயிற்றுப் பகுதியில் கை வைத்து இணக்க மாக அழுத்திக்கொண்டாள். வளைந்து பரவி வேகமாகச் சேஷ்டைகள் நடத்தினான் சங்கரன். அடிவயிறு விம்மிக் குழைந்து உடல் தகித்துச் சிலிர்த்த சுகத்திலேயே உறங்கத் தொடங்கினாள். சட்டைத் துணியோடு வெகுநேரம் சிறைப்பட்டிருந்த பெயர் சொல்லாதது உடலை முறுக்கி யசைத்து பலம் கூட்டி விடுபட முனைந்தபடியிருந்தது. நொடிக்கு நொடி அதிகரித்தது அதன் கோபம்.

மிரல்

கதவைத் திறந்ததும் பரபரப்படையாதீர்கள்.. அஞ்சாதீர்கள். நான் முதலிலேயே மிக்க உறுதியுடன் உங்களை எச்சரிக்க விரும்புவது இப்படித் தான். பயப்படாதீர்கள். நான் உங்களுடன் இருக்கிறேன். அதாவது... உங்களுக்குள் இருக்கிறேன். நீங்கள் ஊகித்துப் பிடித்துவிட முடியாத நெருக்கத்தில் இருக்கிறேன். என்னை இனங்காண்பது உங்கள் வேலையு மில்லை. என் சமிக்ஞைகளை உணருங்கள். அதை மிக உற்றுக் கவனித்து கட்டளைகள் பெற்றுக்கொள்ளுங்கள். நான் கட்டளை என்று அழுத்திச் சொல்வது, சமிக்ஞைகளை நீங்கள் ஒழுங்கு நிச்சயத்துடன் கடைப்பிடிக்க வேண்டுமே என்கிற கவலையினால்தான். மற்றபடி இவை ஆலோசனை கள். அவ்வளவுதான். உங்கள் மேசை மின் விசிறியில் அவைகள் முழுவதுமாகக் கூடியிருக்கின்றன. எல்லாமே மின் விசிறியின் மேற்புறக் காப்புக் கம்பியில் இடம்பிடித்துவிட விரும்புவதால் அங்கே நெரிசலா கிறது. அருவெறுக்காதீர்கள். அவை நெளிகின்றன. அவற்றிற்கு மீசைகளு முண்டு. இடையறாது காற்றில் நீந்தும் இரண்டு கரங்களைப்போல மீசை இழைகள் அசைகின்றன. அரக்குநிற, கருநிற, கருமஞ்சள்நிற உடல்கள் ஒன்றின்மேல் ஒன்றாக நெருக்கியடித்துக் கொண்டு தங்களுக்குள் திணி கின்றன. உங்கள் சரும ரோமங்கள் குத்திட்டு நிற்கின்றன. அது ஒரு பரவசத்தினால் அமையட்டும். பயத்தினால் இருக்க வேண்டாம். திறந்தி ருக்கிற ஒற்றைச் சன்னலிலிருந்து வரும் வெளிச்சத்தில், நீங்கள் விளக்கு விசை இருக்குமிடத்தை நெருங்குகிறீர்கள். முதலாவதாக விளக்கை எரியச்செய்ய வேண்டும். புரிகிறதா, இது மாலையின் முடிவு நேரம். வெளிச்ச சகாயம் முக்கியம். மிகமிகப் பிரகாசமான வெளிச்சம் வேண் டும். ஆனால் நம்மிடம் உள்ளது சொற்பம்தான். ஒரே ஒரு டியூப்லைட். பரவாயில்லை. நீங்கள் பேச்சலராய் ஒரு தனிச்சிற்றறையில் வசிப்பவ ராய் இருக்கலாம். உணவிற்காக நித்தமும் ஹோட்டல்களை நாடுபவராக இருக்கலாம். அதனால் உங்களிடம் அடுப்போ, போதுமான தண்ணீரோ, தண்ணீரைக் கொதிக்கவைக்கத் தேவையான பாத்திரமோ, எரிபொருளோ இருப்பதற்கு வாய்ப்பில்லை. இருந்திருந்தால் உங்களுக்கும் எனக்கும் வேலைமுடிவது மிகச் சுலபமே தவிர வேறொன்றும் குற்றமில்லை. நீங்கள் தண்ணீரைப் பல, பல, பல, பல, பல மணி நேரங்களுக்குக் கொதிக்க வைத்து - அதாவது அந்தப் பாத்திரமே உருகிவிடும் நிலைக்கு முன்பாக, கைகளில் கனத்த போர்வையைச் சுற்றிக்கொண்டு பாத்திரத்தின் விளிம்பைப் பற்றி மின் விசிறியின்மீது ஊற்றினால் போதுமானது. வெந்து செத்துவிடும் எல்லாம்இருந்த இடத்திலேயே அவைகளின் மீதிருந்து நீராவியெழும். அந்த மீசைகள் இப்படித்துடித்து உங்களைத் துன்புறுத்தாது. நெகுநெகுவென்ற அந்த உடல்களின் வாளிப்பு இப்படித்

திகைக்க வைக்காது. நினைக்கவே அது ரஸமான காட்சியாயிருக்கிறது. ஆனால் நம்மிடம் தேவையான சாதனங்கள் இல்லை. நீங்கள் இப்போது விளக்கை எரியச்செய்யுங்கள். ஓ...வெளிச்சம் கண்டதும் அவைகளின் சலனத்தில் ஒரு விரைவு தென்படுகிறது. ஆனால் அவைகள் மின்விசிறியைக் கடந்து வெளியேற வில்லை. இது நமக்கு அனுகூலம். தாமதிக்காமல் மின்விசிறியின் விசையைத் தட்டுங்கள். அதற்கு முன்பு மின்விசிறி உச்சவேகத்தில் சுழலும்படி அமைந்திருக்க வேண்டும். மின்விசிறி கடகடப்புச் சத்தத்துடன் சுழலத் தொடங்குகிறது. நான் மறுபடியும் உங்களைக் கேட்டுக் கொள்கிறேன். அஞ்சாதீர்கள்! அவை காற்றின் சக்தியைத் தாங்க வாய்க்காமல் அறையின் சகல திக்குகளிலும் விசிறியடிக்கப்படுகின்றன. நாம் இப்போது என்ன செய்திருக்கிறோமென்றால் முக்கியமாக அவைகளின் யதார்த்த இருப்பைக் குலைத்திருக்கிறோம். இது முக்கியமானது. அவை சிதறட்டும், விடுங்கள். அவை பறக்கும் வழியில் நில்லாமல் ஒதுங்கியிருங்கள். இவை என்ன அற்பஜீவிகள் பாருங்கள், சற்று முன்னர்தான் மின்விசிறியின் காப்புக் கம்பி வளையத்திலமர்ந்து ஒய்யாரமாக வால்களை ஆட்டிக் கொண்டிருந்தனவே. இப்போது தடுமாறிப் பறக்கின்றன. இவைகளைப்பற்றி நன்றாக அறிவேன். அவை கோந்து பாட்டிலின்பின் மறைகின்றன. தண்ணீர் பாட்டிலின்பின் ஒட்டியிருந்து காற்றிலிருந்து தப்பிக்கப் பார்க்கின்றன. கொடியில் துவளும் அழுக்கு உடைகளைத் தஞ்சமடைகின்றன. புத்தக அடுக்கின் பக்கத்திலும் சில. பார்த்தீர்களா வேடிக்கையை. இவைகளைக் குறித்தா கவனம்கொள்வது. இப்போது மின்விசிறியின்மீது ஒன்றும் அமர்ந்திருக்கவில்லை. அறையெங்கும் வியாபித்திருக்கின்றன. இது மிகவும் வசதியான நிலை. இந்தக் கேள்வியைப்பற்றி யோசியுங்கள். உங்களிடம் ஆயுதம் எதுவும் உள்ளதா? கனரகமானவைகள் வேண்டாம். அவை சப்தமுண்டாக்கும். அயலில் வீடுகள் உள்ளன. இலகுவாகக் கையாளும்படியாகவும் அதேசமயம் நம்பிக்கையானதாகவும் இருக்க வேண்டும். சுவரில் மாட்டியிருக்கின்ற அந்த நீளமான காலண்டரை எடுத்துக் கொள்ளுங்களேன், தயவுசெய்து இப்போதைக்கு இதுபோதும். அதை வாகாக சுருட்டிக்கொள்ளுங்கள். ஒரு நிமிடம் நிதானப்பட வேண்டும். கவனியுங்கள், போர் முறைத்தந்திரமே உற்றுக்கவனிக்கும் தத்துவம்தான். மின்விசிறி சுழலுவதை நிறுத்திவிடுங்கள். நிசப்தத்தில் அவைகள் கொஞ்சம் தெளிவடைந்து பதுங்கிடங்களைவிட்டு வெளிவரும். அதோ வருகிறது பாருங்கள்! எங்கே பார்க்கிறீர்கள், உங்களின் கால்களின் அருகே தலையணை இடுக்கிலிருந்து இரண்டு மெல்ல நகர்ந்து வருவதை கவனியுங்கள். சுருட்டப்பட்ட காலண்டர் காகிதத்தடியை சாதுர்யமாகப் பிரயோகிக்க வேண்டும். அடி தப்பிவிடக்கூடாது என்பதற்காகத்தான் சொல்கிறேன். சபாஷ்! நன்று செய்தீர். இனியும் இவ்வண்ணமே ஆகுக! அந்த இரண்டும் மடக்கென்று மல்லாந்துவிட்டன. அவைகளின் சிறகுகள் உங்கள் காகிதத்தடி மீது ஒட்டிக்கொண்டுள்ளன. நம்புவீராக, தொடங்கும்போதே வென்றாகிவிட்டது. சுவர் மூலையில் அதிவேகத்து

டன் ஒன்று மேலோடுகிறது. அதன் நோக்கம் என்னவாக இருக்குமென் றால் அப்படியே ஏறி சட்டை மாட்டும் ஸ்டாண்டைக் கடந்து டியூப் லைட்டையும் தாண்டி கூரைப்பகுதிக்குச் சென்று தலைமறைவாகி விடுவது. அதற்கு இடங்கொடுக்கக்கூடாது. வலுவுடன் பற்றுங்கள் காகித உருளையை. குறிபிசகாமல் அடி இறங்கட்டும். சரி! நான் உங்களை வாழ்த்துகிறேன். நான் இல்லாமலே அடுத்தடுத்த தாக்குதல்களை வெற்றிகரமாக நடத்தி முடித்துவிடுவீர்கள்போல... இல்லை இல்லை உங்களைப் பாராட்ட வேண்டுமென்பதற்காக அப்படிச் சொன்னேனே தவிர, முடிவிற்கு முன்னால் உங்களைப் பிரிந்துவிட நினைக்கவில்லை. அடுத்ததாக ஜன்னல் கம்பியின்மீது ஒன்று ஜிம்னாஸ்டிக் வீரனைப்போல ஆடிக்கொண்டிருப்பதைப் பாருங்கள். கவனம் தேவை. பிசகினால் அது கம்பிகளின் இடைவெளியினூடே தப்பிக்கும் வாய்ப்புள்ளது. நினைத்த படிதான். அது தப்பிவிட்டது. மடங்கி ஒடிந்த காகித உருளையை அப்பால் போடுங்கள். இனி அது உதவாது. அது ஓடுகிறது. அலமாரி இடுக்கை அடைந்து தற்காத்துக்கொள்ளப் பதைக்கிறது. உடனடியாக மாற்றுக்கருவி தேவை. யோசிப்பதற்கு அவகாசமில்லை. அது ஓடுகிறது. கீழே கிடக்கின்ற புத்தகத்தில் ஒன்றை எடுங்கள். தயங்காதீர்கள். அது எவ்வளவு அற்புதமான அரிய புத்தகமாய் வேண்டுமானாலும் இருக்கட் டும். இப்போது அது ஒரு கருவி. புத்தகத்தை எடுத்துவீசுங்கள் அதன் மீது. அதன் ஓட்ட வேகத்தை கணித்து அதன் தலைக்கு சற்றுமுன்னதாக புத்தகத் தைப் போடுங்கள். அப்படித்தான். நசுங்கி ஒழிந்தது சனியன். தொப் பென்று புத்தகம் வீழ்த்திய சப்தம் எவ்வளவு மதுரமாக ஒலிக்கிறது. நீங் கள் ஏன் சுருட்டு பிடிப்பவராய் இருக்கக்கூடாது என்று எனக்கு ஏக்கந் தோன்றுகிறது. சிகரெட்டினதை விடவும் சுருட்டிற்கு நெருப்புமுனை பெரிதல்லவா? வெளிதேச சுருட்டுகள் இன்னும் காத்திரமாயிருக்கும். அடிதாங்கிய வீழ்ந்தவைகளை அந்த நெருப்பு முனையால் ஒற்றும்போது எழும்வாடை மிகவும் உவப்பளிக்கும். இதில் முகஞ்சுளிப்பதற்கு ஒன்று மில்லை. போரில் வெட்டேற்றுச் சாய்ந்த உடலிலிருந்து பாயும் இரத்தத்தை வெற்றியாளன் விரும்பிப் பூசிக்கொள்வதில்லையா? களிபேருவகை என்று சொல்லப்படுவது அப்போதுதான் சித்திக்கும். இன்னும் நிறைய வேலையிருக்கிறது. அலமாரிக்குக் கீழே ஒரே இடத்தில் சேர்ந்தாற்போல மூன்று நிற்பதை கவனியுங்கள். மரணபீதியில் அவை களின் உடல்கள் கெட்டித்து உறைந்து போயிருக்கின்றன. அவை சுலபத் தில் அந்த இடத்தைவிட்டு அகலமாட்டா. அகன்று வெளிவராமல் நீங்கள் கொல்வதும் சாத்தியமல்ல. இப்படிசெய்யலாம், மெதுவாகச் சென்று அலமாரியின் கதவுக் கீழ்ப்புறம் காலால் உதைத்து சப்தமெழுப்புங்கள். சப்தத்தில் அரண்டு அவை பதறி வெளிவரும். அப்போது அந்த சஞ்சிகை யால்... அது என்ன இந்த வாரத்தியதா? இன்றுதான் வாங்கியதா? படிக்கப் படாததா? அதெல்லாம் ஒரு பொருட்டே அல்ல. அவைகள் வெளிவரும் போது சஞ்சிகையை அவற்றின்மீது போட்டு மூடுங்கள். பிறகு உடனடி யாக அந்த சஞ்சிகையின்மீது ஏறி நன்று மிதிக்க வேண்டும். ஒரு குழியில்

மண்ணை அள்ளிப்போட்டு சமப்படுத்துவதற்கு எப்படி மிதிப்பீர்களோ அப்படி மிதிக்கவேண்டும். மகிழ்ச்சி! அவை உங்கள் பாதத்தின் கீழான சஞ்சிகையின் அடியில் நசுங்கிச் சிதையும் சப்தம் கேட்கிறது. வென்றீர் பெருந்தகையீர். அந்த சஞ்சிகையை எடுத்து திருப்பிப்பாருங்கள். சிதைந்து பிதுங்கி ஒழுகி முற்றாய் மடிந்து சஞ்சிகையோடு ஒட்டிக்கொண்டுள்ளன. இப்போதுதான் ஒரு சூத்திரம் புலனாகிறது. உங்கள் கால்கள்தான் சரியான ஆயுதம். வாசலில் கிடக்கின்ற செருப்புகளை அணிந்து வாருங் கள். செருப்பில் ஒட்டியுள்ள மழைச்சேறும் சகதியும் அறையெங்கும் பரவுமே என்று கூசி நிற்குந்தருணம் இதுவல்ல. எதைக்கொண்டாயினும் நாம் இவைகளை அழிக்க வேண்டும். ஒருக்கால் வெறும்பாதங்களின் மென்மையில் அடிபட்டும் படாமலும் அவை தப்பித்துவிடக்கூடும். செருப்புகள் திடமானவை. உங்களுடையது கடினமான அடிப்பாகத்தைக் கொண்ட செருப்புகள். அதற்குமுன்... ஒன்று பறந்து வந்து உங்கள் முகத்தி லமர்கிறது. அதற்கு சித்தம் குழம்பிவிட்டதனால் அப்படிச் செய்கிறது. தட்டிவிடுங்கள். தலையணையால் அதை மூடுங்கள். மேலமர்ந்து அழுத்துங்கள். தலையணையின் கீழ்ப்புறம் பரவிய நிணக்கறை உத்வேக மளிக்கிறது. செருப்புகள் அணிந்து வந்துவிட்டீர்கள். இனி காரியம் செருப்புகளால் ஆகட்டும். நான் மெய்யாக, விருப்பத்துடன் உங்களுக்கு கூற விரும்புகிற ஆலோசனை என்ன எனில் எந்தச் கூச்சமுமற்று அவற் றைக் கொத்தாகப் பிடித்து அள்ளி புஜத்திற்குக் கீழே இருகைகளின் இடுக்குகளிலும் திணித்து கரங்களை இறுக்கிக்கொள்ள வேண்டும். எவ்வளவு முடியுமோ அவ்வளவு இறுக்கமாக. அவைகள் முண்டுவதை திமிறுவதை - மெதுமெதுவாக மூச்சடங்கிமாய்வதை, சொல்லொணா இன்பமளிக்கும் குறுகுறுப்பை நீங்கள் உணர இயலும். இதைப்போல... அவைகளை தைரியமாக ஒவ்வொன்றாகப் பிடித்து கால்களையும் சிறகு களையும் பிய்த்த பிறகு உடல்களை ஒரே குவியலாக ஆக்கிக்கொள்ள வேண்டும். உடல் குவியலின் மீது அதன் பரப்புக்குத் தக்கவாறு ஒரு சமமான தட்டு அல்லது பலகையால் மூட வேண்டும். பகலாயிருந்தால் ஜன்னல் கதவுகளை அடைத்து. வெளிச்சத்துளைகளை துணிகொண்டு மூடி இருட்டுண்டாக்க வேண்டும். இரவாயிருந்தால் பிரச்சினையில்லை. நல்ல அடர்வான இருட்டுதான் தேவையானது. இருட்டு பூரணமாக இல்லையென்றால் உங்கள் கண்களை மூடிக்கொள்ளுங்கள். இப்போது ஒரு உல்லாசமான விளையாட்டைத் துவங்கலாம். பத்துப் பதினைந்து தடவைகள் நின்ற இடத்தில் உங்களை நீங்களே சுற்றிக்கொள்வது. திசை குழம்பி வருகையில் மெதுவாக அறைக்குள் உலவத் தொடங்க வேண்டும். என்னென்ன பொருட்கள் எங்கெங்கேயிருக்கின்றன என்ற தெளிவிருக்கக் கூடாது. இருட்டில் உலவுதலின் எப்போதாவது ஒரு கட்டத்தில் ஓசை யெழும். அது பல உடல்கள் ஒன்றிணைந்து வெடித்த மனோகர இசைத் துணுக்கு. நீங்கள் தட்டைமிதித்துவிட்டீர்கள் என்றும் விளையாட்டு முடிந்ததென்றும் பொருள். இதைப்போல இன்னும் நிறைய உண்டு. ஆனால் எதையெல்லாம் நீங்கள் செயற்படுத்தமாட்டீர்கள் என்று

தெரியும். ஒரு சிறுவனைக் கையாள்வது போலத்தான் உங்களுக்கு பழகிக்கொடுக்க வேண்டியிருக்கிறது. பாருங்கள், விரிசலின் ஊடே அவை ஒளிய முனைவதை. கொடிகளின் உடைகளில் அவற்றின் வால் பகுதிகள் தெரிகின்றன. என்னசெய்வது. அவைகளின் வியூகம் ஊகிக்கக் கூடியதாய் இருப்பதில்லை. நொடியுந்தாமதிக்க வேண்டாம். அந்தத் துணிகளை எடுத்துக் கீழே வீசுங்கள். எல்லாத் துணிகளையும்தான் சொல்கிறேன். இதில் கேள்வியும் சந்தேகமும் வேறா? நீங்கள் அணிந் திருக்கின்ற சட்டையின் கழுத்துப் பகுதியிலிருந்தும் ஒன்று தலைநீட்டு கிறது. அதைப்போல கீழுடையிலும். எல்லாவற்றையும் கழற்றித் தரை யில் போடுங்கள். அந்தப்பாய் இருக்கிறதே அதையெடுத்து துணிகளின் மேலாக விரியுங்கள். ஒரு முனையிலிருந்து மறுமுனைக்கு படுத்துப் புரளுங்கள். மீண்டும் மீண்டும் புரளவேண்டும் சோர்வடையாமல். உற்சாகமாகப் புரளுங்கள். போதும். பாயை எடுக்கலாம். பாய்கோரை களின் ஊடாக கசிந்து வெளிவரும் ரத்தத்தையும், வெண் திரவத்தையும், கருக்குஞ்சு சிதைவுகளையும் பார்த்தாலே கீழே துணிகளுக்குள் எவ்வளவு ரணகளம் ஆகியிருக்கும் என்று புரிகிறதா? நீங்கள் ஆசைப்பட்டால், ஈரக் கொழகொழப்பில் ஒட்டிக்கிடக்கிற துணிகளை விரித்து உடல் பாகங் களை ஒவ்வொன்றாக வெளியெடுத்து ரசிக்கலாம். மீட்பென்பது அது தானே! எழுமின் விழிமின் - அவைகள் கண் தெரியாத் துளைகளிலிருந்து புலர்ந்து ஓடத் துவங்குகின்றன. துரிதச் செயலாய் செருப்பணிந்து கால் களை இயக்குங்கள். அட! நீங்கள் முன்னும் பின்னுமாய் தாவி மிதிப்பது வெறியாட்ட வினோதம் போலிருக்கிறது. செருப்பைப் பற்றியிருந்த சகதி அறையெங்கும் இழுபடுவது இழிவல்ல. அவைகள் சுவடுகள். மணம் துர்மணமல்ல. துன்பம் வென்ற சுகந்தம். நீங்களாகச் செய்யத் தெரிய வில்லையாயினும் சொன்னதை சிறப்பார்ந்து செய்கிறீர்கள். மறுபடியும் ஒன்று சுவரைப் பிடித்து மேலேறப் பார்க்கிறது. ஒன்றல்ல இரண்டு. இரண்டல்ல மூன்று நான்கு... செருப்புப் பாதங்கள் எட்டும்வரை சுவரோடு அழுத்தித் தேய்ப்பீர்களாக. வேகவேகமாக. துல்லியமாக. அந்த மூலை வழுக்கலில், இந்தக் காரை வெடிப்பில்... சுவரில் நசுக்கப் பட்டவைகளோடு, பட்டை பட்டையான சேற்றுத்தீட்டல்கள் நடுகற் களைப்போலத்தோன்றுகின்றன! அப்படிதானே! மின்விசிறியின் சிறகடி யில் ஒளிந்து நடுங்கிக் கொண்டிருக்கின்றன. நீங்கள் கவலைப்படாதீர்கள். அவை எங்கு ஒளிந்தாலும் என் பார்வையிலிருந்து தப்ப முடியாது. மின்விசிறி சிறகுகளின் அடியில் இருப்பவற்றை ஒழிப்பதற்கு நீங்கள் சற்றே சிரமம் மேற்கொள்ளத்தான் வேண்டும் போலிருக்கிறது. ஏனெனில் அவைகள் தடுப்புக்கம்பி வளையத்திற்கு உட்புறம் பாதுகாப்பு டன் இருக்கின்றன. என்ன செய்யலாம்? உங்களைக் கேட்கிறேன் என்றெண்ணித் திகைக்காதீர்கள். நான் சிந்திக்கிறேன். பாட்டிலில் தண்ணீர் மீதமுள்ளதா என்று பாருங்கள். பார்த்துச் சொல்லுங்கள் என்று தானே உத்தரவிட்டேன், இப்படி வாயில் சாய்த்துக்கொண்டு காலியாக்கி விட்டீர்களே! எவ்வளவு தாகமாகவும் களைப்பாகவும் இருந்தாலும் இச்

செயல் சமயப் பொருத்தமற்ற மடத்தனம். நான் உங்களை மன்னிக்கிறேன். இப்போது இந்த நிமிடம் இந்தநொடி உங்களுக்கு சிறுநீர் கழிக்க வேண்டும்போல் தோன்றுகிறது. வெகுநேரமாக கழிக்கச் சந்தர்ப்பமின்றி அடிவயிற்றில் வலியெடுக்கும் விதமாகத் தேங்கியிருக்கிறது சிறுநீர். அதை வெளியேற்றினால் மிகுந்த ஆசுவாசங்கிடைக்கும். நான் சொல்கிறேன், மின்விசிறியின்மீது அவை அமர்ந்திருக்கும் இடத்தில் விழும்படி சிறுநீர் கழிப்பீராக! சிறுநீர் மின்விசிறியில் பட்டுச்சிதறி அறையில் ஓடி வழிவதைப்பற்றி இப்போதென்ன சிந்தனை. நனைந்த சிறகுகளால் பறக்க முடியாமல் அவை மெதுவாக, மெல்ல மெதுவாக வருவதை பார்ப்பீராக! இனி அவை எங்கும் சென்றுவிட முடியாது. செருப்புக் கால்கள் வழுக்கி உங்களை விழவைக்காமல் அவைகளின்மீது அழுத்தமாகப் பதியட்டும். அவ்வளவுதான்... அய்யா... எல்லாம்முடிந்தது. ஒன்றையும் மிச்சம் வைக்காமல் எல்லாவற்றையும் ஒழித்துவிட்டீர்கள். குப்பையாக - அலங்கோலமாகக் கிடக்கும் அறையின் ஒரு மூலையைப் படுப்பதற்குத் தேர்ந்தெடுங்கள். நிர்வாணமாய் இருப்பது பற்றிய கூச்சம் அபத்தமானது. விளக்கை அணைத்துவிடுங்கள். இருட்டு நன்றாக இருக்கிறது. கெட்டியாக இருக்கிறது. உறங்கலாம். காரியங்கள் செவ்வனே நிகழ்ந்தேறின. என்ன திடுக்கிடுகிறீர்கள்! இருட்டுக்குள் எதுவோ பறக்கும் சப்தமா? பரவாயில்லை. ஒன்றிரண்டு புதிதாக வந்திருக்கும் போலிருக்கிறது. நம்மிடம் வதைவகைகள் இன்னமும் மீதமுண்டு. நான் வழிவகைகள் படைத்துத் தருவேன். எழுந்து விளக்கெரியச் செய்யுங்கள். எழுங்கள். அஞ்சாதீர்கள். உங்களருகில் நானிருக்கிறேன். உங்கள் தேகம் இப்படிக் கொதித்து நடுங்குவது ஏன்? ஏன் உங்களுக்குள்ளாக விறைத்து ஒடுங்குகிறீர்கள். மிகவும் கொடுமையாக அச்சவயப்பட்டிருப்பதை நான் புரிந்து கொள்கிறேன். நான் குணமாக்கித் தருகிறேன். எழுங்கள்! மிகவும் தயவு. பின் நீங்கள் ஏதோ இறைஞ்சுதலை முணுமுணுக்கிறீர்களே அது என்ன? ஏன் இந்தக் கையறு நிலைக்கண்ணீர்? அச்ச ஊறலா? இல்லை இது பிரார்த்தனை வாசகங்கள் போலல்லவா தோன்றுகிறது. நிஜமாகவே பிரார்த்தனைதானா? பிரார்த்தனைக்கு இப்போதென்ன தேவை? மோசம்... நான் இனிமேல் உங்களுக்கு வழிகாட்ட முடியாது... நான் போகிறேன்.

வரைநிதி

ரயில் புறப்பட்டதிலிருந்தே அமர்வதற்கு ஓர் இடம் பிடித்துவிடக் காத்திருந்தான் மகேந்திரன். இனியும் நிற்க இயலாதெனும் உடற் சோர்வை விரைவிலேயே ஒப்புக்கொண்ட கால்களின் கீழ்த்தசையில் கொம்பை நுழைத்துக் கிளறுவதான வலி. நீள் இருக்கையின் முடிவில் அமர்ந்திருந்தவருக்குப் பக்கத்திலிருந்த சிறு இடத்தில் தன்னைப் பொருத்திக்கொள்ள முயன்றான். நெருக்கப்பட்ட பயணி, அசிங்கப் பார்வையோடு அகல விரித்திருந்த தொடைகளைக் குறுக்கிக்கொள்ள வேண்டியிருந்தது. இந்த இறுக்கமும் அவஸ்தையும் சிலமணி நேரத்திற்கு. அடுத்தடுத்த ரயில் நிலையங்களில் நிமிடங்களே நின்று தாமதித்து கணிசமான ஆட்களை வெளியேற்றி ஆசுவாசமளித்தது ரயிலோட்டம். எதிர்பார்ப்பிற்கும் மேலதிகமாக மகேந்திரன் இப்போது வசப்படுத்திக்கொண்டது ஜன்னலோர இருக்கை. உடலோடு உடலாய் ஒட்டி நின்று உட்கார்ந்திருப்பவர்களை வெறுப்புடன் பார்ப்பவனாய் அவனில்லை. ரயிலேறும்போது அவனை விட்டகன்ற பிரத்தியேகம் ஜன்னலுக்கு வெளியேயிருந்து அவனைச் சேர்ந்தது. கிடைத்த இடை வெளியை செம்மையாகப் பயன்படுத்த வேண்டி கால் நீட்டிப் படுத்தான் பக்கத்திலிருந்தவன். வலது தொடையில் மோதி லயமாய்த் தொய்ந்தாடி யது அவனது தலை.

சாமான்கள் வைக்கின்ற மேல் பலகையில் குப்புறப்படுத்திருந்தவ னின் வாயிலிருந்து எச்சில் ஒழுகினால் மகேந்திரனின் தலையில்தான் சொட்டும். சற்று ஜாக்கிரதையாக அடிக்கடி தலையுயர்த்திப் பார்த்துக் கொள்ள வேண்டிய நிர்ப்பந்தம். அதிர்ஷ்டவசமாக கடைவாயோரத்தில் எச்சில் துளிர்க்கவேயில்லை.

மேலே, படுத்திருந்தவன் பிரயாணத்தின் சகல ஆயத்தங்களையும் கொண்டிருந்தான். முதுகின் கீழே பரத்தியிருந்த விரிப்பு, காற்றூதிய தலையணை, நீரடைத்த புட்டி, பையின் மேலாகத் துருத்தி தெரியும் சாப்பாட்டுப் பொட்டலம், சூட்கேஸைப் பலகையுடன் சங்கிலியால் இணைத்துப் பூட்டியிருந்த ஏற்பாடுகள் மகேந்திரனின் பிரயாணத்திற்கு அப்பாற்பட்ட மனநிலையைத் தொட்டு எள்ளியது. தேவையானதை தேவையான தருணத்தில் செயலாக்க ஒருபோதும் முடிந்ததில்லை அவனால். மிகவும் முக்கியமானதை வீட்டில் மறந்துவிட்டு வந்து காரியங்களின் முன்நின்று திகைக்கின்ற நிராயுதபாணித் தோற்றம் அழுத்தமாகவே ஊர்ஜிதப்பட்டாயிற்று. அதை வேண்டுமென்றே வளர்த்துக்கொண்டிருப்பதாய் நினைத்துக்கொள்வது எதையும் சமப்படுத் தும் வலுவற்றிருக்கும்.

மகேந்திரன் தோல்பையைத் திறந்து அதிலிருந்து ஒரே பொருளான புத்தகத்தை எடுத்துப் புரட்டத் தொடங்கினான். அந்தப் பையும்கூட அனாவசியமென்று தோன்றியது முதலில். கையில் எடுத்துப்போகும் புத்தகம் தொலைந்து போவதில் அவனுக்கு விருப்பமில்லை. புதிதாக அவனுக்குப் பக்கத்தில் உரசிக்கொண்டு அமர்ந்திருந்த சிறுமி இளஞ் சிவப்பு வண்ணங்கூடி செழுமை பூசிய தன் குண்டு முகத்தைச் சாய்த்து மகேந்திரன் வாசிப்பதை நோட்டமிட்டாள். புத்தக வாக்கியங்களில் பட்டும்படாமலும் கண்கள் ஓடிக்கொண்டிருக்க சுற்றியுள்ள மனிதர்களி டம் சிக்கியிருந்தது கவனம். எல்லோரும் அவனையே பார்த்துக் கொண்டி ருப்பதாகப்பட்டது. அவனது ஒவ்வொரு அசைவும் பரிசீலனைக்குட்படு வதாக நம்பிக்கை. அப்படித்தான். இன்னும் சற்றுநேரம் அவனை இதே நிலையில் உற்று நோக்கி எடைபோட்டு ஒரு தீர்வுக்கு வந்துவிடுவார்கள். தீர்வு எப்படிப்பட்டதாயிருக்குமென ஊகமில்லை. சாதகத்திற்கு அனுசரணையாக மேலும் லாவகமாகவும், கூடுதல் சிரத்தையோடும் பக்கங்களைப் புரட்டினான். சில நொடிகளில் யாரேனும் அவனுடன் ஒருபேச்சைத் தொடங்கிவிடலாம். பேச்சிற்கு அழைக்கப்படின் தேர்ச்சி யென்றே பொருள். பட்டென்று புத்தகத்திலிருந்து பார்வையை எதிர் வரிசையில் வீசினான் மகேந்திரன். யாரும் அவனைப் பொருட்படுத்திய தாகவே தெரியவில்லை.

சாரம் பதியாமல் நாவலின் பத்திகளைத் தாவிக் கடப்பது ஆயாச மானது. புத்தகத்தை மூடி பைக்குள்ளாக வைத்துவிட்டு வெளியே பார்த் தான். அண்மையிலிருந்த புதர்களை கலந்து பச்சைக் கோடுகளாக அசுர வேகத்தில் இழுத்துக் கொண்டோடியது ரயில். பச்சைக்கோடுகள் விடு படும் இடங்களை வானமும் - மரங்களும் நிதானமாக நகரும் மலை களும் நிரப்பும். மலைகளின் அடியில் குடைந்தமைத்த நீள்வழி இருளில் ரயில் நுழையும்போது விளக்குகளனைத்தும் ஒரே சமயத்தில் விழித்தன. குகைச்சுவரின் செதுக்குத் தழும்புகளின் பரப்பில் அருகில் வருவதும் பின்வாங்குவதுமாய் ஜன்னல் ஒளிச்சதுரம் தத்தளித்து உடன் வருவதைப் பதட்டத்துடன் பார்த்துக்கொண்டிருந்தான். ஜன்னலை ஒட்டி முகத்தை வைத்து கம்பியைப் பிடித்திருந்த விரல்களை விரித்தான். வெளியே தடுமாறிய சதுரத்தில் கலைந்த தலை ரோமங்களின் ஒழுங்கற்ற வடிவத் திற்கு மேலாக அதிசயச் சிறு கொம்புகள் போல விரல்கள். ரயிலின் ராட்சஸக் கரம் அவன் முகத்தை மலைக்குகையின் உட்புறச் சொரசொரப் பின் கூரான முனைகளில் அழுத்தமாகத் தேய்த்து வந்தது. முகத்தின் தோலையும் சதையையும் கல்முனைகள் சுரண்டிக் கிழித்தன. பற்களுக் கிடையில் நாக்கை பலமாகக் கடித்துக்கொண்டு - பற்றியிருந்த இன்னொரு கையின் முஷ்டி எலும்புகள்மீது தாடையை அழுத்த - கன்னப் பகுதிகளிலும் நெற்றிப் பொட்டிலும் லேசான வலி உதித்தது. செதுக்குப் பிசிறொன்று தாடையைப் பிளக்கும் வலி. குகையைவிட்டு ரயில் வெளியேறியவுடன் இதே நிழல் சிதைவுகளற்ற பூர்ணமாய் வயலின்

மீதோ - ஓரத்து வாய்க்கால் நீரின் தெளிவிலோ தோன்றி மிதக்கலாம். குகை வழி நெடுக நடந்த வதையை அர்த்தமற்றதாக்கிவிடும். அது சகலத்தையும் மிகைத்த திமிருடன் கூட வரும். குகைச்சுவரைச் சுற்றி மெலிதாக வெளிச்சம் படரத்தொடங்கிற்று. பதிவின் உக்ரமழிந்து லேசாகி வந்தது நிழல். குகையிலிருந்து வெளிச்சத்திற்குப் பிதுங்கியவுடன் ஆவலுடன் கீழே பார்த்தான் மகேந்திரன். ரயிலின் நிழற்பிரதி அந்தப் பக்கத்தில் விழவேயில்லை. காய்ந்த முட்புதர்களுக்கு வெகுதொலைவே நீலநிற மலைத் தொடர். திக்பரமையிற் சமைந்த ஒரு மேகத்திட்டு. எதுவும் தாங்கிவரவில்லை அவனுடைய பூரணமான நிழலை. ரயில் பெட்டி யினுள்ளே பல்புகள் அணைக்கப்பட்டன.

ரயில் எங்காவது நின்றால் திரும்பிப் போய்விடலாமென்றிருந்தது. பயணத்திற்குக் காரணமான நினைவு முதற்புள்ளியிட்டபோது பொங்கிய ஏக்கமும் எதிர்பார்ப்புகளும் வழியிடையில் நழுவிவிட அவ்விடத்தில் அச்சம் சிலிர்த்திருந்தது. ரயில் நின்றுவிடுமானால் உடனே இறங்கி நிம்மதியாக சற்று நேரம் உறங்க இடம் தேடுவான். மனதின் மிகக் கனி வான பகுதியிலிருந்து அவனுடையதேயான குரல் பயணக் காரணமாக விஷயத்திற்குப் பரிந்து தாழ்மையுடன் மன்றாடுவதை முற்றும் நிராகரிக்க இயலவில்லை. ஏற்படப் போகும் சந்திப்பை, பூர்வாங்கமாய் ஒத்திகை பார்த்த கற்பனையில் துணுக்குற்று தனது அமர்வை சரிப்படுத்திக் கொண் டான். நெஞ்சுத் துடிப்புகளில் வன்மையிறங்கி இடது பாகத்தில் பிசை கின்ற வேதனை. குழப்பத்தினடியில் கிடந்த தப்பிக்கின்ற ஆர்வம் வாய்ப் புத் தேடியது பலகீனமாய். எப்படியிருக்கும் அந்த சந்திப்பு! இரண்டு ஜதை விழிகளுக்கிடையில் கனத்து விரிகின்ற உணர்ச்சி எவ்வித பாவனை யிலிருக்கும்! எட்டு மாதங்களுக்குப் பிறகு பார்க்கிற முதல் பார்வை இணக்கமுள்ளதாயிருக்குமா?

மௌனமாகப் பிரிவதுதான் இடைஞ்சலற்றதாக இருந்தது அந்த சூழலில். அது சில வாரங்களுக்கு அல்லது சில மாதங்களுக்கான தற்காலிகமுடையதென ஒருவருக்கொருவர் நம்பியதைப் பேச்சின்றியே புரிந்துகொள்ள முடிந்தது. ஒரு வரி கடிதத் தொடர்பின்றியும் மூன்றாம் நபர் வழி நல விசாரிப்புகளின்றியும் இத்தனை தீவிரமாக விலக்கிவிட்டா யிற்று. முதலில் கைநீட்டுபவன் எல்லா அசந்தர்ப்பங்களுக்கும் கர்த்தாவாகிவிடக்கூடுமென்று தயங்கும் வறட்டுக் கம்பீரம் காரணமோ? பூஞ்சைக் காரணங்களால் உண்டான இடைவெளி விரிந்து கொண்டே யிருப்பினும் அதன் எல்லைகளில் - பழைய நெகிழ்வும் உருக்கமும் நிஜமும் குழைந்த தருணங்களின் வாசனை துக்கத் தனிமையிலும் மிஞ்சி யிருந்தது. ஆரம்பக் கிலேசங்களுக்குப் பிறகு சிறுகச்சிறுக மக்கத் தொடங்கி முழுதுமாய் மடிந்து போயின நினைவுகள். மடிந்து பஸ்ப மாகிப் போவதை துரிதப்படுத்தவே ஒன்றன்மேல் ஒன்றாக வலிந்து அடுக்கி வந்தவைகள் அனைத்தும் பஞ்சுப் படிவங்களென தீயின் வித்து

வளர்ந்து பற்றியெரிகின்ற இப்போது தெளிவாகிறது.

தவிர்த்திருக்கலாம். சிறு பிரயத்தனமுமில்லாமல் இணக்கம் பூண்ட லேசான மனநிலையில், புன்னகையோடான உடற் தீண்டலில் இலகுவாகத் தீர்ந்திருக்கக்கூடிய பிரச்சினை. சச்சரவினிடையில் மகேந்திரன் தன் வசமிழந்த ஒரு கணம் - அவன் வீசியெறிந்த டீக்கோப்பை சுவரில் தெறித்து, துளித்தலைகளுடன் வழிந்தது டீயின் மிச்சம். புவனா எதையும் வெளிக்காட்டவில்லை. உடைந்த கோப்பைச் சிதறல்களை சில நிமிடங்கள் பார்த்துவிட்டு மாடிக்குச் சென்றாள். எதை நிரூபிக்க திடுமென மகேந்திரன் அப்படிச் செய்தானென்று அவனுக்கே விளங்காதிருந்தது. புவனா ஒரு மணி நேரம் கழித்து கீழே வந்து பீங்கான் சில்லுகளைக் கூட்டி காகிதத்தில் எடுத்துச் சென்றாள். அவள் குனியும்போது இமை ரோமங்களில் நீர்கோர்த்து முகம் சிவந்திருப்பதை கவனித்தான். எந்தக் கோபத்திலும் இதுவரை டீக்கோப்பை உடைபட்டதில்லை. அவன் வாசித்துக் கொண்டிருந்த புத்தகத்தின் அடுத்த பக்கம் மாடிப் படுக்கையறையில் - கட்டிலின் மூலையில் உடலைக் குறுக்கி விசும்பிக்கொண்டிருக்கும் புவனாவைக் காட்டியது. சிறு பிணக்குகளைத் தீர்த்துவிடும் பழைய உபாயத்தின்மீது நம்பிக்கை அவனுக்கு. புத்தகத்தை மூடிவைத்து யோசித்தபடியிருந்த மகேந்திரன் மாடிப்படியேறுகையில் மற்றுமொரு புணர்ச்சிப் பரவசத்திற்காய் நரம்புகள் திமிறிச் சூடாயின. எதிர்பார்த்த நிலையில்தான் படுத்திருந்தாள். ஓசையற்ற நடையில் கட்டிலை நெருங்கி மிகப்பதமாய் தலையணையில் சாய்ந்து கொண்டான். மெத்தையின் அமிழ்வு பிரவேசத்தை அறிவித்திருக்குமென்ற புன்னகை. சுவர்ப் பக்கம் திரும்பியிருந்த புவனாவின் கூந்தல் இழைகளைத் தொட்டுவிடாமல் முகர்ந்து அவள் முதுகிற்கும் சற்றுக் கீழே மெத்தையில் விரிந்த கை பதித்துக் காத்திருந்தான். புவனா சற்றுப் புரண்டால் தாபத்துடன் விரிந்து காத்திருக்கும் விரல்கள் வெம்மையுடன் ஏந்திக் கொண்டுவிடும். அவனாக விரும்பித் தொட்டுவிடவில்லையெனும் சமாதானம் அடங்கியிருக்கும் அதில். அனேக பிணக்குகளின் பிறகு, பயின்று தேர்ந்த கையில் சில நிமிடங்களில் மெத்தெனப் பரவும் புவனாவின் உடல். உடலடியில் கிடந்து நெருடும் அவன் விரல்களின் சமிக்ஞைகளுக்கு சட்டென வருத்தம் தீர்ந்த இசைவான சம்மதம் பதிலாகக் கிடைத்திருக்கிறது இதுவரை. மகேந்திரன் காத்திருந்தான். நேர நீட்சியும் புவனாவிடமிருந்து அவ்வப்போது எழுந்த பெருமூச்சுகளும் கிளர்ச்சியின் முதிர்வெடிப்பை நெருங்கி வருவது போலிருந்தது. ரேகைகளிலெல்லாம் மோகம் புடைத்து விரிந்து காத்திருந்தது. அதிகாலைக்குச் சற்று முன்பும் ஒன்றும் நிகழவில்லை. ஜாக்கிரதையான ஒரே நிலையிலேயே ஆழ்ந்து உறங்கிக் கொண்டிருந்தாள் புவனா. அதைத் தொடர்ந்து மூன்று இரவுகள் விரிந்திருந்த கை புத்தகப் பக்கங்களை புரட்டத் திரும்பியது மறுபடியும்.

ஒரு தற்காப்பு நடவடிக்கையாக தீவிரப்படுத்திய புத்தக வாசிப்பானது ஒவ்வொரு தலைப்பின் கீழும் வாய்ப்பான பதுங்கிடங்களைக் காட்டிக்

கொடுத்தது. கிடைத்த சமயத்திலெல்லாம் அச்செழுத்துக்களைக் கொண்டு தினங்களைத் துரத்தினான். எந்த இரைச்சலும் தடைப்படுத்தி விட முடியாதபடி படிப்பில் தோய்ந்த முனைப்பு - புவனா எதையாவது எடுப்பதற்காக அவனருகே வந்து செல்லும்போது சலனமுற்று எதையா வது எதிர்நோக்கிப் பரபரக்கும். மகேந்திரன் படித்துக்கொண்டேயிருந் தான். குளியலறைச் சன்னலின் மேல், மேசையில், சாப்பிடுமிடத்தில், படுக்கையில் புத்தகங்களும் சஞ்சிகைகளும் குடியேறின. அன்றாட அலுவல் மெதுவே குறைந்து போகத் தொடங்கியது. காலையில் சாப்பிட்டு முடித்து - புவனா மேசையில் வைத்துப்போன டிபன் பாக்ஸைப் பையிலிட்டு கிளம்பத் தயாராகிறவன், சாவகாசமாக ஒரு புத்தகத்தை உருவிப் புரட்ட அது தனக்குள் ஈர்த்து புறத்திடமிருந்து மறைத்துவிடும். புவனாவிடம் ஒரு வார்த்தை பரிமாறலும் சித்திக்காத போதும் அந்தப் புறக்கணிப்பின் உக்கிரம் வெறுப்புக் குமைச்சலாய் வளர்ந்து ஆயாசத்தோடு வாக்கியங்களிடையில் முட்டித் தெரிந்தது. நெடு நேரம் இமைக்காத பார்வையுடன் ஒரே பக்கத்திலேயே தேங்கும்படி யானது அடிக்கடி. வீட்டின் மூலைகளில் கிடந்த எல்லாப் புத்தகங்களை யும் ஒன்றுவிடாமல் சேகரித்துக் கொண்டான் மகேந்திரன்.

கண்டக்டர் கிழித்துக் கொடுத்த டிக்கெட்டின் பின்புறம் கிறுக்கலில் மீதம் தர வேண்டிய பணம் குறிக்கப்பட்டிருந்தது. பாக்கிப் பணம் பெறும் வரையில் துண்டுக் காகிதத்தை ஞாபகம் வைத்திருக்க வேண்டிய தொல்லை. இருக்கையிலமர்ந்து புத்தகக்கட்டை கால்களுக்கிடியில் தள்ளி வைத்துக்கொண்டான். உறுமிக்கொண்டே நின்றது பஸ். கீழே நின்று டிக்கெட் கொடுத்து பயணிகளை உள்ளனுப்பும் கண்டக்டரின் உதடுகளில் சர்வ அலட்சியமாகத் தொங்கிப் புகையும் சிகரெட். பஸ் உறுமலில் கரைகின்ற நேரத்திற்காக சலிப்படைந்தான் மகேந்திரன். நெடுந் தொலைவு பிரயாணமாகும் இரவுப் பேருந்துகள் அடுத்தடுத்து புறப்படு கையில் வழியனுப்ப வந்தவர்கள் நின்றிருந்த பகுதிகள் வெறிச்சோடின. லேசாகப் பசியெடுப்பது போலிருந்தது. பேருந்து நிலைய அலங்கார விலங்குகளின் மஞ்சள் ஒளி படிந்த பொருட்கள் அருவருப்பூட்டின. டீக்கடைகளுக்கு அருகில் தேங்கிய கழிவு நீரில் புரண்டு கொண்டிருந்த நாயின்மீது போகிற போக்கில் ஒருவன் காறி உமிழ்ந்துவிட்டுப் போனான். பஸ்ஸின் மேல்தளத்தில் மூட்டைகள் ஏற்றும் சப்தம். உள்ளே எல்லா இருக்கைகளுக்கும் பயணிகள் கிடைத்தாயிற்று. இன்னும் சில நொடிகளில் புறப்பட்டுவிடக்கூடும். புத்தகக் கட்டிலிருந்து ஒன்றை எடுத்துப் புரட்டினான் மகேந்திரன். முதல் பக்கத்தில் விசிறலான எழுத்துக்களில் வாழ்த்தெழுதிக் கையெழுத்திட்டிருந்தாள் புவனா. மகேந்திரனுக்கான அன்பளிப்பாய் எப்போதோ வாங்கிக் கொடுத்து, அவன் படிக்காமல் தங்கிப்போன புத்தகம். அந்தக் கையெழுத்து நெளிந் தது - சுருண்டது. கலந்து உருவமாகி கண்களில் நீர் மினுங்கப் பார்த்து திரும்பிப் படுத்தது. பயணிகள் - பஸ் உறுமல் - மஞ்சள் ஒளி எல்லாமும்

அபத்தமாகிச் சுழன்றன. புத்தகக் கட்டோடு கீழிறங்கி மகேந்திரன் பஸ் கிளம்பும்வரை நின்று பார்த்தான்.

உடல் அயர்ந்து முழங்கால்களின் லேசான குடைச்சலும் நடுக்கமுமாயிருந்தது. புத்தகங்களைப் பற்றிக்கொண்டு மெல்ல நடந்தான். ஒரு இருட்டான இடம்தேடிய நடை. பிச்சைக்காரர்களும் - குஷ்டரோகிகளும் வரிசையாகப் படுத்திருந்த பகுதியைக் கடந்து பூட்டிய கடைகளிடையே ஒரு குறுகலான சந்திற்குள் நுழைந்தான். அது சில பழக்கடைகளின் குடோன்கள் இருக்கின்ற இடம். எப்போதும் காய்ந்த வாழைக் காம்புகளும் அழுகிய இலை தழைகளுமாய் நாறிக்கிடக்கும். அவசரத் திற்கு விபச்சாரிகளின் தொழில் ஸ்தலமாகவும் பின்னிரவில் மாறும். பஸ் நிலையத்திற்குள் வர குறுக்குப் பாதையாக அரிதாக அந்த இடத்தை மகேந்திரன் உபயோகித்ததுண்டு. படிக்கட்டை மூடியிருந்த குப்பைகளை காலால் ஒதுக்கிவிட்டு அமர்ந்தான். என்ன நடந்து கொண்டிருக்கிறது என்பதைத் தொகுத்துணர முயற்சித்து, அற்பத்திலும் அழுக்கிலும் தன்னைத் தானே மூழ்கடித்துக்கொள்வதாய் நினைத்தான். ஒரு சாரமுமற்ற செயல்களின் முடிவான வலிமை ஆச்சர்யமளித்தது. அவனுக்குத் தெரியும், டீக்கோப்பையின் உடைந்த சிதறல்கள் எதுவொன்றையும் தீர்மானித்து விடும் ஆற்றலற்றது. டீக் கோப்பை சுவரில் மோதி விழுந்த சப்தத்தி லிருந்த அலட்சியம் அந்த நிமிடத்திற்கானது என்றாலும் இயக்கிய இழிவான ஆக்ரோஷம் அவனைச் சார்ந்தது. அவன் திரும்பச் சென்று கதவைத் தட்டுவான். திறந்து முகம் பார்க்கின்ற புவனாவிடம் எந்த விதத்திலாவது மன்னிப்பைப் பெற்றுவிடுவான். மென்மையானவள் புவனா. எதை விடவும் மென்மையானவள். மன்னிப்பின் முதல் எழுத்தை உச்சரிப்பதற்குள் நெகிழ்ந்து போவாள். ஒருக்களித்துப் படுத்திருந்த புவனாவின் உடலுக்கருகே பல இரவுகள் விரிந்து காத்திருந்து வெறுமையைப் பிசைந்துகொண்டிருந்த கையைப் பார்த்தான் மகேந்திரன். அதற்குமேல் தாங்குகின்ற சக்தியற்று வினோதமான விம்மல் எழுந்தது. குனிந்து கைகளால் தலையைத் தாங்கிக்கொண்டு அழத் தொடங்கினான். நெஞ்சிலடைத்தது துயரத்தின் காந்தல். நிகழ்ந்த சம்பவங்கள் எல்லாவற்றுக்குமான அழுகை சுரந்து அவலத்தில் நனைத்தெடுத்தது இரவை. எதிர்ச் சுவரை தன் முகமாகப் பாவித்து காறித்துப்ப யத்தனித் தான். எச்சில் சட்டையில்பட்டு வந்தது. கடைசியாகக் கிளம்புகிற பஸ்ஸில் - பாதிக்கிறக்கத்தில் உட்கார்ந்திருந்தான் மகேந்திரன்.

சில தினங்களுக்குப் பிறகு புவனாவையடைந்தது ஒரு கடிதம். சில முக்கிய வேலைகளின் பொருட்டு இந்த ஊருக்கு வந்திருப்பதாகவும் - ஒரு வாரத்தில் திரும்பிவிடுவதாகவும் எழுதி மகேந்திரன் அவன் தங்கியிருந்த முகவரியையும் குறித்திருந்தான். ஒரு மாதமாகியும் - அவன் உள்ளூர விரும்பியபடியும் எதிர்பார்த்தபடியும் புவனாவிடமிருந்து உடனடியாக வரும்படி அழைக்கும் தந்தியோ சாந்தமாகி எழுதிய கடிதமோ வரவில்லை. அவளின் பணியிடத்திற்கும் ஒரு தடவை

தொலைபேசியில் கேட்டுப் பார்த்தான். நீண்ட நாள் விடுப்பிலிருப்பதாக யாரோ சொன்னார்கள்.

கதவைத் தட்டிவிட்டு சரேலென்று பின்னகர்ந்து - பெருந்திகைப்பும் ஆர்வமுமாய் காத்திருந்தான் மகேந்திரன். அரவமற்று கதவு இறுகி நின்ற தில் நிதானமாகி - கதவின் மேலே நிலைச் சட்டத்தில் அழைப்புமணிக் கான புதிய பித்தான் ஒன்றைக் கண்டுபிடித்து அழுத்தினான். வைரம் பாய்ந்த பிரிவையும் மனதின் விஷப்பள்ளங்களையும் கிணுகிணுப்பில் நிறைத்து உள்ளே மணியோசை விழுந்தது. வாசல் விளக்கு ஒளி பற்றியதும் திறந்த கதவில் பாதியுடம்பாய் சிவந்த விழிகளுடன் எட்டிப் பார்த்தார் ஒருவர். அவிழ்ந்திருந்த லுங்கியை வயிற்றில் கொத்தாகப் பிடித்திருந்தார்.

''யாரு...''

பெரிய வீட்டை ஒருத்தியாய் நிர்வகிக்க முடியாமல் மாடிப் பகுதிக்குக் குடியேறிவிட்டாள் போலிருக்கிறது. கீழே குரல் கேட்டு இந்நேரம் விழிப்புத் தட்டியிருக்கும். வருவாள். அவர் வெளியே வந்து கைலியை உதறி ஒழுங்காக முடிச்சிட்டுக்கொண்டு திரும்பவும் கேட்டார்.

''நீங்க யாருன்னு தெரியல...''

மாடிக்குச் செல்லுகிற படிக்கட்டை எட்டிப்பார்த்து முனகினான் மகேந்திரன் ''புவனா...''

''அவங்க இப்போ இங்க இல்ல ஸார், நான் வர்றதுக்கு முன்னால குடியிருந்தவங்க...''

''இங்கே இல்லையா...''

''இல்ல ஸார். நீங்க யாரு? அவங்களுக்குச் சொந்தமா...''

''இல்ல, இல்ல. அப்படித்தானே? இங்க இல்ல இப்ப'' படிக்கட்டைப் பார்த்தபடியே தம்போக்கில் வாய்க்குள்ளாக முனகிக் கொண்டவன் சுதாரித்து ''காலி பண்ணி எவ்வளவு நாள் இருக்கும்?'' என்று கேட்டான்.

''நான் இந்த வீட்டுக்கு வந்து 6 மாசம் ஆகப்போவுது ஸார். அதுக்கு முன்னால எத்தன மாசம் வீடு காலியாய்க் கிடந்ததுன்னு தெரியல. நான் வர்றதுக்கு முன்னாலேயே மாடில ஒரு லெதர் கம்பெனி ஆரம்பிச்சிருந் தாங்க... அந்தம்மா டீச்சர்தான?''

உள்ளே ஒரு குழந்தை வீறிட்டலறுவதைக் கேட்டவுடன் பதற்றமாய் உள்ளே ஓடினார் அவர். மகேந்திரன் வாயிற் சுவரோரமாக சாய்ந்து நின்றான். இனம்புரியாத திகிலும் - அதீத படபடப்பும் பிரக்ஞையை மழுங்கச் செய்துகொண்டிருந்தன. தலையாட்டிக்கொண்டு ''இல்லை... இல்லை'' என்று கீழ்க்குரலில் சொல்லிக்கொண்டிருந்தான். அளவற்ற களைப்பழுத்த படியிலேயே அமர்ந்தான். கடைசிப் பிடிப்பையும்

கண்தெரிந்தே விரயமாக்கிய வெட்கத்தில் தலை தொய்ந்தது. நேர் செய்வதற்கு எதுவுமில்லை இனி. வேட்கை தவித்துப் புலம்ப ஒரு டம்ளர் குளிர்ந்த நீருக்கு ஏங்கினான். தாமாகவே இருள் திக்கில் கை நீண்டது ''ஒரு டம்ளர் தண்ணீர் கொடு புவனா...''

தோளில் சாய்ந்த குழந்தையோடு அவர் வெளியே வந்தார். சிரமத்துடன் எழுந்து நின்றான் மகேந்திரன்.

மகேந்திரனைப் பார்த்து கையசைத்துச் சிரித்தது குழந்தை. உள்ளங்கையின் சிவப்பும், அவனைப் பார்ப்பதற்காக மட்டுமே விரிந்து குழந்தை உதடுகளும் உள் ஆழத்துச் சேற்றுப் படுகை ஈரத்தில் சிக்குண்டிருந்த சிறகொன்றை காற்றூதி உலர்த்தியது. உலர்ந்த ஓரடி மேலுயர்ந்தது சிறகு. மிகப் புதிய நுட்ப உணர்வின் வசம் தன்னையிழந்து - தன்னைத் தானே நுகர்ந்தபடியிருந்தான் மகேந்திரன். காலம் முடுக்கப்பட்ட பேரமைதியின் சுழற்சியிலிருந்து தன்னுருவத்தைப் பூர்த்தியாக்கிக் கொண்டிருக்கிறது. மயங்க வைக்கும் சுழற்சி. இன்றளவும் உயிர் தரித்திருப்பதற்காக வினோதமான திருப்தியடைந்தான். கீழே ஒவ்வொரு அடியாய் இறங்கி வழியில் ஒவ்வொன்றாய் உதிர்த்து கடைசிப் படிக்கும் கீழான பாதாளத்தில் தயக்கமின்றி கால் வைத்து வீழும்போது ஆகாய மாயிருக்கிறது. ஆகாய முழுமையுமாயிருக்கிறது அந்தச் சிரிப்பு.

கீழிருந்து ஒன்றுமே தெரியவில்லை. தெரியவேண்டிய அவசியமே யில்லை. அந்தக் குழந்தை தன் மீதிருந்து பார்வையை மாற்றிவிடாதிருக்க வேண்டுமென்கிற ஆவலில் மகேந்திரன் சற்றுத் தள்ளி தன் முகத்தில் நன்றாக வெளிச்சமடிக்கும் வகையில் நின்றான். குழந்தை முகத்தைத் திருப்பி அவனைப் பார்த்து மறுபடியும் சிரித்துக் கையசைத்தது. உடைந்து சுக்கல்சுக்கலாகிப் போன பல நூறு டீக்கோப்பைகளின் சிதறல்கள் தங்கள் இணைப்புகளோடு ஒட்டிக்கொண்டு சாஸ்வதம் பெற்றன. ஒளிப்பிரவாக மான நதிக்குள்ளிருந்து ஒளிவீசும் கூழாங்கற்களை எடுத்துக் கரையில் எறிந்தான். நிலமும் வனமும் ஒளிர்ந்தன. வந்தொட்ட பறவைகள் ஒளிர்வைச் சிந்தியபடியே வலம் வந்தன. மிகுந்த ஜாக்கிரதையுடன் தன் சுட்டுவிரலைக் குழந்தையிடம் நீட்டினான். குழந்தை சில நொடிகள் ஒன்றும் சொய்யாமல் பார்த்துக்கொண்டிருந்து அவன் விரலைப் பற்றிக் கொண்டது. உன்னதங்களின் அழகும் ஆதரவும் கதகதப்பாய் ஸ்பரிச மானது விரலில். குழந்தைகளின் உள்ளங்கையிலடங்கிய சுட்டுவிரலே மகேந்திரனின் முழு உடலுமானது. நொடிப்பொழுதே யுகமாகி அதற்குள் உறங்கிக் கிடந்தான்.

''உங்க குழந்தையா...?''

''ஆமா ஸார்''

''என்னபேரு?''

''வான்நிதின்னு வச்சிருக்கேன்.''

''வான்நிதின்னா என்ன?''

''அது வந்து... வான்நிதின்னா நான் மழைன்னு அர்த்தம் வச்சிருக்கேன்.''

''மழை கழுவும்.''

''என்ன சொன்னீங்க...?''

''ஒண்ணுமில்லே... உங்களுக்கு புத்தகம் படிக்கிற பழக்கமுண்டா?''

குழந்தையை ஆட்டித் தூங்க வைக்க முயன்றபடியே சொன்னார் அவர், ''இல்லேங்க... நான் டைலர். எனக்கெதுக்கு புத்தகப் படிப்பெல்லாம்.''

''இதைப் படித்துப் பாருங்க. இது ஒண்ணுதான் எங்கிட்ட இப்ப இருக்கு.''

''ஐயோ! எனக்கு எதுக்கு இது. உபயோகப்படாது''

நெஞ்சுருகி வேண்டினான் மகேந்திரன், ''தயவு செஞ்சு வாங்கிக்கணும்... மறுக்கக் கூடாது.''

அவன் கண்களில் நீர்கட்டி பளபளப்பதை அதிசயித்துப் பார்த்த படியே, யோசனையுடன் வாங்கிக் கொண்டார்.

''நீங்க அந்த டீச்சரம்மாவாத்தான பாக்கணும்... ரொம்ப நாளைக்கு முன்னாலே இங்கே வந்திருந்தாங்க. ஒரு தடவதான். அதுக்கப்புறம் வரல. உங்க பேரு என்ன? டீச்சருக்கு நீங்க உறவா...''

''நான் போகட்டுமா...?''

தூங்கிக்கொண்டிருந்தது அந்தக் குழந்தை. மனப்பூர்வமாக வணங்கித் திரும்பி நடந்தான் மகேந்திரன். இடிந்து சரிந்த கட்டுமானங்களுக்கடியில் என்றோ புதையுண்டிருந்த குழந்தை உதடுகள் மீண்டெழுந்து வெளியில் விரிந்து சிரித்தன.

விரியும் உதடுகள் வழி நடத்திச் செல்லும் முடிவில் - செல்லரித்த இலைகள் உதிர்ந்து புதுக்குருத்தென தேடிவருபவனுக்காகக் காத்திருப்பாள் புவனா.

சாவித்திரி

எதிர் நிற்கின்ற சுவர் வளரத் தொடங்குகிறது. வளர்ச்சிக்கேற்ப சுண்ணாம்பு பெயர்ந்த இடங்கள் விரிந்து உறுப்புகள் சமைத்துக்கொண்டு அசுர சித்திரங்களாகின்றன. படச்சட்டத்தின் உச்சியில் துவளும் மலர்ச் சரத்துடன் அம்மா. எதனிலும் படியாத பார்வையுடனும் இறுக்கமான இதழ்களோடும் சுவரோடு எழும்பிக் கொண்டிருக்கிறாள். சுவர் மேல் நோக்கிப் போகிறது. சிறிதாகிக் கொண்டிருக்கும் சட்டத்திலிருந்து வசீகர முகத்தெளிவு விளங்குகிறது. மெதுவாக இதழ்கள் பிரிகின்றன. எதையோ சொல்ல விரும்புகிறாள். குப்பென்று சுவரெங்கும் பயிர்கள் முளைக்கின் றன. பக்கவாட்டில் நீளும் செழித்த நெற்கதிர்கள். ஒன்றிலுமே அசை வில்லை. பயிர்த்தளத்தின்மீது தக்கையெனக் கிடக்கிறது அம்மாவின் புகைப்படம். பயிர்கள் தலையசைக்கின்றன. நெற்றியோர முடிக்கற்றை கள் பறக்க அம்மா மிதக்கிறாள். இல்லை, பயிர் அசையவில்லை. விரைந்து சரியத்தொடங்குகிறது சுவர். நெடிதுயர்ந்த உடலை வளைத்துக் கவிழ்கிறது. பிரும்மாண்டத்தின் வீழ்ச்சியில் சிக்கிக்கொள்ளாதிருக்கப் பதறுகிறது உயிர். கையெட்டும் தூரத்தில், தரையோடு இழைக்கப்பட விருந்த கடைசி வினாடிகளில் மிக நெருக்கமாக அம்மாவின் முகம். நெற்றியின் வியாபகம் பரவ முகம் மேலும் நெருங்குகிறது. உதிர நிறப்பொட்டு. பொட்டைத் தாண்டிப் பார்ப்பதற்கு எதுவுமில்லை. உடம்பிற்குள் குங்குமம் சிதறுகிறது. எங்குமாய் செம்மை குழம்பி காட்சிகள் தோன்றியமிழ்கின்றன. கோபத்தோடு கால்களுக்கிடையில் பிடித்து வைத்துக்கொண்டு அமர்ந்த நிலையில் குளிப்பாட்டுகிறாள். கெண்டைக் கால்களிலும் மெட்டிப்பாதங்களிலும் ஈரத்தின் ஒளி மிளிர்கிறது. முந்தானைத் துணி முகத்தில் விழ தான்ய வாசனையோடு இருட்டு. அவனது அழுகையைப் பொறுக்க மாட்டாத எரிச்சலில் முதுகில் தட்டுகிறாள் அம்மா... இன்னும் கொஞ்சம் வேகமாக அடிக்கலாம் நீ. இப்போதெல்லாம் எனக்கு வலிக்காது...

மண்டியிட்டபடி குனிந்து மென்மையாய்த் தோளைப் பற்றியசைத்து விழிப்பிற்கு மீட்டுக் கொண்டிருக்கிறார் அப்பா. கண் திறந்த பிறகும் புரியாத திகைப்பு மிச்சமிருக்கிறது. கொஞ்சம் விபூதி கொண்டுவந்து தீற்றிவிட்டார் நெற்றியில்.

''தண்ணி கொண்டு வரேன்... குடிச்சிட்டு இடம் மாத்திப்படு.''

கனவின் உள்ளார்ந்த முனகல் வெளியேறி அப்பாவை எழுப்பியிருக்க வேண்டும். பின்னிருந்து பார்க்கையில் உறக்கச்சாயல் படிந்த அப்பாவின் தளர்நடை திடீரென அவர்மீது ஆழ்ந்த விசுவாசத்தை ஏற்படுத்தியது.

அவர் வருவதற்கு முன்பாக எழுந்துபோய் டம்ளரைப் பெற்றுக்கொண்டான். பழசாகி மங்கலான புகைப்பட உருவத்திடம் குத்திட்டது பார்வை. சமையலறை நிலைப்படியையும் பத்தாயத்தின் இடதுபக்க மூலையையும் இணைத்து சிலந்தி பின்னியிருந்த வலையிலிருந்து விடுபட முனைந்து மேலும் சிக்கிக்கொண்டிருக்கும் ஊசித்தட்டானைப் போல துயரான நினைவுகளுக்கெதிராக வலிந்துகொண்ட காரியார்த்த சிந்தனைகளும் துயரிடமிருந்தே பாஷை கற்றுத் திரும்பின. வருடக் கணக்கில் பொழுதுகளைத் திறந்துவிட்ட புகைப்படம்.

நாள் கிழமைகளில் படத்தைத் துடைத்து சுத்தம் செய்வது - சந்தன குங்குமமிட்டு பூச்சரம் தொங்கவிடுவது எல்லாம் இன்னமும் அப்பாதம் பொறுப்பில் வைத்துக்கொண்டு சிரத்தையொன்றிச் செய்கிறவை. அம்மாவிற்கான திவசங்களின் போது இதுபோன்ற வேலைகளினூடே ஒரு தனிச் சோபையுடன் வியர்த்து மினுமினுக்கும் முகம். திவசப் பொருட்களுடன் படத்திற்குக் கீழே புதுப்புடவை ரவிக்கையோடு அம்மா கடைசியாக அணிந்திருந்த மஞ்சள் புடவையும் இருக்கும்படி பார்த்துக்கொள்வார். பெட்டியிலிருந்து அந்தப் புடவையை வெளியே எடுக்கையில் எந்நேரத்திலும் உணர்ச்சிவசமாகக்கூடுமென்று தோன்றும். அம்மா மீதான பிரேமையடர்ந்து பக்தியின் உருவெடுத்திருந்தது. ஒரு எளிய கிராமத்து மனுஷியாக அம்மா அவரோடு வாழ்ந்தாள் என்ற நிஜத்தையே நம்ப மறுப்பது போன்று அவள்மீது ஒருதெய்வஸ்தானம் சுமத்தியிருந்தார்.

''தூக்கம் வரலையா ராஜா... அப்படியே உட்கார்ந்திருக்கே?''

அப்பா டார்ச் லைட்டை ஆணியில் மாட்டிவிட்டுத் திரும்பிக் கேட்டார். இதற்குள் மாட்டுத் தொழுவத்திற்குச் சென்று வந்திருப்பாராயிருக்கும். விடிவதற்குள் இரண்டு, மூன்று தடவைகளாவது மாடுகளைப் பார்வையிட்டு வந்து படுப்பது வெகுநாளைய நியதி.

''கொஞ்சம் நேரம் கழிச்சிப் படுக்கறதாயிருந்தா போர் செட்டு வரைக்கும் போய்ட்டு வர்றியா? தண்ணி விடணும்''

அவன் எழுந்து லுங்கியைச் சரியாக உடுத்திக்கொண்டான்.

''நமக்குதான் நேத்து பூரா ஓடிக்கிட்டிருந்தது போலருக்கே...?''

''நமக்கில்லே... கதிரேசன் வயலுக்கு. ஒரு ரெண்டு மணிநேரம் விடுங்கன்னு காலையிலேயே சொன்னான், மறந்துட்டேன்.''

அகாலத்தில் தனியே போர்செட் வரை நடந்து சென்று வருவது சற்றுப் பிரியமான செயல். சட்டையணிந்து, ஷெல்பிலிருந்து ஒரு புத்தகத்தை எடுத்துக்கொண்டு ஆயத்தமானான்.

''அங்கே போயி ரொம்ப நேரம் படிச்சிக்கிட்டிருக்கவேண்டாம். ஒன்றரை மணி நேரம் மோட்டாரைப் போட்டுவிட்டா போதும்.

முடிஞ்சதும் வீட்ல வந்து படு...''

சிலிர்ப்பான பனிக்காற்றில் இலுப்பைப் பூவின் வாடையிருந்தது. கைகளைக் கட்டிக்கொண்டு மிக மெத்தனமாக நடந்துகொண்டிருந்தான். குளிர் செறிந்த மாதங்கள் எல்லா வருடங்களிலும் அம்மாவை ஏந்திக் கொண்டு வருகின்றன. டிசம்பர்... தெருவாசல் மணலும் வீட்டு முற்றமும் மட்டுமே அவனுக்கு விளையாட்டின் எல்லைகளாயிருந்த ஒரு பால்ய டிசம்பரின் பூமி, மண் வெட்டியின் தாக்குதலுக்கு உவகையோடு இளகிக்கொடுத்து தன் ஈரக் குழியினுள் அம்மாவை வாங்கிக்கொண்டது.

இந்த நேரத்திலும் யாரோ இரண்டு பேர் சற்றுத் தொலைவில் பேச்சுப் பரிமாறிச்செல்வது சூசகமாய்த் தெரிகிறது. அம்பலப்பட்ட திருடர்க ளாய் வீடுகள் உறைந்திருக்கின்றன, அமைதியில். தெருமுனை தாண்டி சேரிக்குள் நுழையும்போது குரைத்தோடி வந்த நாய் அருகில் வந்து முகர்ந்து சமாதானமாய் ஒதுங்கிற்று. புழக்கமற்ற பாழ் கட்டிடங்களின் உச்சி மதிலில் காகங்கள் வெயிலில் அமர்ந்திருக்கும் வெறுமையை மென்று கொண்டிருந்தது மனது. நினைவுகளின் பெண்டுல வீச்சிற்கு இருபுறமும் அம்மா கரைகட்டி நிற்கிறாள். அந்தத் தகிப்பு இன்னும் தீர்வதாயில்லை. வயதாக ஆக கூடவே வலிமையேற்றிக்கொண்டு வளர்ந்து ஒரு சின்னத் தொடுதலிலேயே கிலேசங்கொடுக்கிறது. எல்லோரையும்விட இவன் பேரில்தான் அம்மா ரொம்பவும் பற்றுத லாயிருந்தாளெனச் சொல்லும் அப்பாவின் வார்த்தைகளைப் போர்த்திக் கொண்டு பாலையின் மணற்புயல் பாதிமறைத்த காலடித் தடங்களை பரவசமாய் நுகர்ந்து தேடிப்போவான்.

பொருட்டில்லாத விஷயங்களுக்கும் ஓட்டமும் நடையுமாக வீடு கொள்ளாமல் வளையவருவதற்கு இலகுவாயிருந்த குச்சியுடம்பின் மெலிவில் அம்மாவிற்குசொற்பவாளிப்பும் பூசியிருந்தது. பிரதான அலங்காரமெல்லாம்எந்த நேரமும் நெற்றிப்பொட்டு கலைந்துவிடாமல் பார்த்துக்கொள்வதுதான். காற்று விசிறியலைக்கழிக்கும் தீச்சுவாலைகள் நடுவே - கொல்லைக் கல்லடுப்பில் நெல் அவித்து முடிவதற்குள்ளாக அனேக தடவைகள் முற்றத்தூணின் கண்ணாடிக்கு வந்து, பொட்டு அழிந்துவிடாத சுதாரிப்போடு வியர்வையைத் துடைத்துக்கொள்வாள். அந்தச் சிறு வட்டத்தின் நிறத் துலக்கம் அம்மாவின் இடுப்பிலிருக்கும் போது அவனையும் ஈர்க்கும். அதன் நடுவிற்குச் சுட்டு விரலைக் கொண்டு போவான். கையை விலக்கி விலக்கி - தொந்தரவு அதிகமானால் இறக்கி விட்டு விடுவாள். அந்த அவமதிப்பிற்காக உச்சஸ்தாயிலேயே தொடங் கும் அழுகை. அவனெதிரே குத்துக்காலிட்டமர்ந்து, ''தா பாரு அம்மா பால் பீச்சறேன்'' என்று அவனது குறியைப் பிடித்து 'ஸ்ஸு - ஸ்ஸு' என்ற ஓசைத் துண்டுகளோடு விரல்களால் வழித்து விடுவாள். அழுகை அதற்கட்ங்காமல் போகும் பட்சத்தில் ''தம்பிக்கு ஊசிபோடப் போறேன் இப்ப... போடப்போறேன்... இதோ போட்டுடுவேன்...'' என்று ஒரு

நெடிய 'உஸ்ஸ்ஸ்...' ஸுடன் அவனது முழங்கைக்கு மேலாகக் கிள்ளு வாள் பட்டும் படாமலும். பின்பு என்றாவது அண்டைவீட்டுப் பெண்க ளோடு அரட்டையடித்துக்கொண்டிருக்கும் போது ''தம்பி, எங்க அத்தைக் குப் பால்கறந்து காட்டு பாப்பம்'' எனும் அம்மாவின் நினைவூட்டு தலுக்கு அவன் குறியைப் பிடித்துக்கொண்டு மேலும் கீழுமாக எம்பிக் குதிப்பதை சிரிப்பதிரப் பார்ப்பார்கள்.

படல் கதவிற்கு முன்பாகத் தேங்கியிருந்த நீர் பாதங்களை நனைத்து சில்லிப்பாய்க் கவ்வியது. திறந்த கதவின் ஒரு முனையில் சாவியைத் தொங்கவிட்டு கொட்டகையில் விளக்கு சுவிட்சைத் தொட்ட கையின் மீதேறிப் பறந்தது மரவண்டு. ஆக்ரோஷமாய்த் தொடங்கி சில நிமிடங் களில் சீரான லயத்திற்கு வந்தது என்ஜின் இயக்கம். தரையில் வீழ்ந்து ஓடி ஏற்கனவே வெட்டி மண் அணைத்திருந்த வாய்க்கால் வழியே அடுத்த வயலுக்குள் கிளுகிளுப்பாய் நீர் பாய்கிறது. கயிற்றுக் கட்டிலை வெளியே தொட்டியோரமாகப் போட்டுப் படுத்துக்கொண்டான். கொட்டகையைச் சூழ்ந்தும் நடைவழியிலும் அவ்வப்போது வாழைகள் விழித்துச் சலனங் காட்டும். வேலிக்கதவருகே முருங்கை மர அசைவில் துலங்கிமறையும் இரண்டு நட்சத்திரங்கள். குரூரப் புன்னகையுடன் அனுக்கிரகித்து இரவு நிமிர்ந்திருக்கிறது.

அப்பா சாப்பாடு முடிந்து பள்ளிக்குத் திரும்பிய மதியங்களில் அம்மா விற்குத் தொழுவத்தில் வேலைகள் மலிந்திருக்கும். அல்லது சமையலறை மூலையில் கூரையில் பரப்பிய தவிட்டின்மேல் அடைகாக்கின்ற கோழியைத் தூக்கி முட்டைகளில் விரிசலைத் தேட வேண்டியிருக்கும். வயல்வேலைக்காரர்களோ மேய்ப்பர்களோ சகஜமாகத் திண்ணையில மர்ந்து, ''சாப்டாச்சா தாயி...'' என்று உள்ளே பார்த்துக் குரல்கொடுத்த சற்று நேரத்திற்கெல்லாம் சோற்றுத்தட்டும் தண்ணீர் செம்புமாய் அம்மா வந்துவிடுவாள். விதைத்தது, அறுத்தது, வரப்புத்தகராறு, மாட்டுநோவு எனச் செய்திகள் - பக்கத்து வீடுகள் அடுத்த தெருக்களைத் தொட்டு, கொடுத்த சாப்பாட்டிற்குப் பிரதியாகச் சேரும். திண்ணையின் ஓரத்தில் படுத்திருக்கும் கன்றுக்குட்டியின் கழுத்துக்கயிற்றைப் பற்றி பிடிவாதமாக நகர்த்த முயற்சித்துக் கொண்டிருப்பவனின் செய்கைகளில் ஒரு கண் வைத்து, ஆர்வத்துடன் கேட்டுக்கொண்டிருப்பாள். பேச்சின் சுவாரஸ்யத் திற்குப் பக்கச் சிறப்பாக மெல்லும் வெற்றிலைச் சாறோடு கலந்து - துப்பலில் வெளியேறியது ஜாக்கிரதையுணர்வு. நேரங்கழித்து அவனுக்கு கண்காணிப்பற்ற சுதந்திரம் ஊர்ஜிதமாயிற்று. வெயில் காயுந்தெரு ஆள் நடமாட்டமற்று வெறிச்சிட்டிருந்தது. ஒவ்வொரு படியாக உட்கார்ந்து இறங்கி தெருமணலில் கால்வைக்கிறான். அந்த ஆடு பருத்த பால்மடி பின்னங்கால்களில் இடற கடந்து போகிறது. தெருகூட்டில் ஆட்டின் வேகத்திற்கிணையாக நடக்க முடியாமல் நடை தடுமாறுகிறது. தெரு முனை திரும்பி ஆடு மறையவும் - காட்சியிலிருந்து போக்கிவிடக்கூடாத அவசியத்தில் முடிந்தவரை துரிதமாய் நடந்து திருப்பத்தையெட்டும்

போது ஏமாற்றாமல் ஓரத்துச் செடியொன்றை கடித்து இழுத்துக்கொண்டிருந்தது ஆடு. பக்கத்தில் நெருங்கும்வரை ஒன்றும் எதிர்ப்புக்காட்டவில்லை. பின்னங்கால்களருகே உட்கார்ந்து பால்மடிக்கு முகத்தை நீட்டியவுடன் அலட்சியமாகத் திரும்பிப் பார்த்துவிட்டு மெல்லுகிற வாயுடன் நடந்தது. கைகூடாத எரிச்சல். வசியமானதைப்போல அதன் பின்னால் நடப்பதைத் தவிர வேறொன்றும் பிடித்திருக்கவில்லை. ஆடு போய்க்கொண்டிருந்தது. வலியெடுக்கும் கால்களால் ஆத்திரமாகத் தொடர்ந்த பின் - இடையில் ஒரு கிளைப் பாதையில் ஆடு சென்று மறைந்தது. எதிர்ப்பட்ட வயற்புரங்களும் சிறு வாய்க்காலும் கோரைப்புதர்களும் ஆட்டின் மடி ஞாபகத்தைப் புறத்திலகற்றின. முழங்கால் அளவுக்குக்கூட இல்லை வாய்க்கால் ஆழம். சலக்கென்று காலை உதைக்க அருமையாகச் சிதறி விழுந்தது தண்ணீர். பிடுங்க முயன்ற கைகளிலிருந்து வழுக்கி மடங்கின கோரைகள். வரப்பு மண் கொழுகொழுப்பாய்ப் பிசைவதற்கு வாகாயிருந்தது. மண் கட்டியை வயல் நாரையைப் பார்த்து வீசினால் - மண்கட்டி கைக்கருகே மிகப் பக்கத்தில் விழ விருட்டென்று பறக்கிறது நாரை. அதைப் பயப்படுத்தி விட்ட சந்தோஷம். நீரையடித்துக் கலைத்த கைகளில் பிதுங்கிப் பிசுபிசுத்தது ஒரு தவளைக்குஞ்சு. காலுக்கடியில் அகப்பட்ட ஓட்டாஞ்சில்லைக் கொண்டு வரப்பு மண்ணைக்கீறி வாய்க்காலில் விழச்செய்ததும் கலங்கலாய் ஓடியது நீர். வேலை முனைப்பு. ஆள் நின்று பார்த்துக்கொண்டிருந்தது தெரியவில்லை. ''லே வாத்தியாரு மவனே, யாருகூட வந்தே...'' அவர் ஏதோ சந்தேகத்தில் அவனைத்தூக்கி தோளில் சாய்த்துக்கொண்டு நடந்தார்.

நிறைய மனிதர்கள் நின்று பேசிக்கொண்டிருக்கிறார்கள். அப்பா வாசலில் ஒருவரிடம் சைக்கிள் கொடுத்து அனுப்புகிறார். ''எதுக்கும் கெணத்துல ஒரு தடவ பாத்துடுங்க'' என்று யாரோ சொல்லியபோதே தூரத்தில் அவனைக் கண்டுவிட்டு பளீரென்று அறைகிறார் அம்மாவின் கன்னத்தில். மிரண்டு பின்னால் நிற்பவர்களின்மீது மோதி மல்லாந்தவளுக்கு ஆவேச உதை விழுந்தது. அவரைத் தாண்டிக் கொண்டுபோய் அவனை வாங்கி பதட்டமாய் நெஞ்சில் சேர்த்துக்கொள்கிறாள். பிறகுதான் கேட்கிறார் அப்பா, ''எங்கேயிருந்தான்?''

''நாட்டாரு வயலுக்குப் பக்கத்து வாய்க்கால்ல வெளயாடிக்கிட்டிருந்தான். யாராவது தூக்கிட்டு வந்திருப்பாங்களான்னு பார்த்தேன். பக்கத்துல யாருமேல்ல...''

''லே ஆகாவளி ஒன்ன எங்கெல்லாம் சுத்தித் தேடுனோம். நீ அவ்வளவு தூரம் போயிருக்கியா இந்தக்கால வச்சிக்கிட்டு...'' என்று வயதான ஒருவர், அவன் காலில் நாக்கைத் துரத்தியபடி லேசாக அடித்துவிட்டு அம்மாவிடம் சொல்கிறார், ''கொஞ்சம் கவனமா பாத்துக்கம்மா புள்ளைய. வடிகால் முனிக்கு நேந்துகிட்டு இவங்கழுத்துல ஒரு கருப்புக் கயித்த முடிஞ்சி வைய்யி. எதுக்கும் பாதுகாப்பா இருக்கும்.'' அவனைத்

தழுவிக்கொண்டு அம்மா அழுகையில், அந்த உடல் நடுக்கம் அபூர்வமாயிருந்தது. இதுவரையில் கையில் வைத்திருந்த ஓட்டாஞ்சில்லை நினைவாக அவளிடம் நீட்டினான். ''ஏ... ஒம்புள்ள தெரவியங்கொண்டு வந்திருக்குடீ வாங்கிப் பூட்டி வச்சிக்க'' எனச் சிரிக்கிறாள் பக்கத்துவீட்டு அத்தை. அன்றிரவு அவன் உறங்கியபின்னும் வெகுநேரம் முதுகில் தட்டிக்கொடுத்தபடி தன் உடற்கூட்டோடு பிணைத்துக்கொண்டிருந்தாள் அம்மா.

கயிற்றின் உறுத்தலுக்குச் சற்று படுக்கைநிலையை மாற்றிக் கொண்டான். கட்டிலின் தொய்வான வசதி, நினைவுகளில் தட்டுப்பட்டவைகளை இரவுச்சரடில் கோர்த்து ஸ்பரிசித்துக் கொண்டிருப்பதற்கு அனுகூலமமைத்தது. மனோராஜ்ஜியத்தின் அடியோட்டமாய் 'துப்துப்' என ஆதரவாய்ப் பேசுகிறது என்ஜின். அப்பா மீண்டும் ஒருமுறை எழுந்து மாட்டுக்கொட்டிலுக்குச் சென்று வந்திருப்பார். ரிட்டயரானதிலிருந்து மாடுகளிடமும் விவசாயத்திலும் ஈடுபாடு தீவிரமாகியிருந்தது.

அன்றிலிருந்தே அம்மாவுடன் பேச்சுவார்த்தையைக் கணிசமாக அப்பா சிக்கனப்படுத்திக்கொண்டார். சற்றும் பொறுப்பில்லாமல் அலட்சியத்தால் அவனைத் தொலைத்துவிடத் தெரிந்ததாக அவள்மீது கருவிக்கொண்டிருந்தார். போகாதபொழுதிற்காக அக்கம்பக்கத்து வீடுகளிலமர்ந்து அம்மாவின் 'ராங்கித்தனங்களை' அங்கசேஷ்டைகளுடன் பழித்துப் புலம்புவது பாட்டியின் வேலையானது. அம்மா இலைபோட்டுத் தண்ணீர் வைக்கும்போதே சத்தமாய்ப் பாட்டியைக் கூப்பிடுவார் அப்பா. அதற்காகத்தான் காத்திருந்தது போல பாட்டி அம்மாவிடமிருந்து சோற்றுப் பாத்திரத்தைப் பறித்துக்கொள்ளும். அதிகமான அமர்க்களமில்லாமல் சாதுவாயிருந்த மனஸ்தாபத்தை ஒரு பந்து உருண்டோடி விஸ்வரூபமாக்கியது. அது அவனிடமிருந்து தப்பி பத்தாயத்தின்கீழ் புகுந்துகொண்டதால் வந்தவினை.

குனிந்து தரையோடு முகம் வைத்துப் பார்த்தான். மறுகோடிக்குச் சென்றுவிடாமல் பக்கத்திலேயே தங்கியிருந்தது. கவிழ்ந்து படுத்து நீட்டித் துழாவிய கையில்பட்டு மேலும் உள்ளே நகர்ந்து நின்றது. தவழ்ந்து நெஞ்சுப்பகுதிவரையிலும் உட்புகுந்து மிகச்சுலபமாய் வெற்றி கொள்ள முடிந்தது பந்தை. அதைப் பற்றிக்கொண்டு பின்புறமாகவே ஊர்ந்து வெளிவர முயற்சிக்கும்போதுதான், விபரீதமானது. தரைக்கும் பத்தாயத்தின் அடிப்பாகத்திற்குமிடையில் கச்சிதமாக பொருந்திக் கொண்டது தலை. வெடுக்கென்று தலையை இழுக்கப்பார்த்தான். வலித்த அலறல் நொடியில் அம்மாவைக் கொண்டு வந்தது. தலைக்கு இருபக்கத்திலும் கைகொடுத்து மெல்ல கோணம் மாற்றி எடுத்துவிடத் தவித்தாள். வலி பொறுக்க முடியாமல் எழுந்த வீறிடலில் வயிறு கலங்கியது. தெருவில் வைக்கோல் பரப்பிக் காயவைத்துக்கொண்டிருந்த இரண்டு ஆட்களோடு ஓடிவந்தாள். அவர்கள் பத்தாயத்தின்

மேல்மூடியைத் திறந்து உள்ளே இறங்கி கொட்டுக்கூடையால் நெல்லை அள்ளி அவசரமாக வெளியே கொட்டுகிறார்கள். நெற்குவியல் சரிந்து சரிந்து மஞ்சள் புழுதிசூழ உயர்கிறது கூடத்தின் பாதிப்பரப்பில். இருள் நீர்த்த பத்தாயத்தின் அடிப்புறத்தில் அவன் மயங்கிப்போனான். பாதியள விற்கு நெல்லையகற்றியபிறகு இருவர் சேர்ந்து பத்தாயத்தின் அடி விளிம்பு பற்றி ஒரு பக்கமாய்ச் சாய்க்கையில் கிடைத்த இடைவெளி அவனை இழுப்பதற்குப் போதுமானதாயிருந்தது. அம்மாவின் தோளில் உணர்வின்றி நெகிழ்ந்திருந்தான். தகவல் சொன்ன ஆளோடு உடனடியாக அப்பா வந்து அவனை ஆஸ்பத்திரிக்குத் தூக்கிச் சென்றபோது கூட வர யத்தனித்த அம்மாவை அவரது விழிச்சீற்றம் தடுத்தது.

முன்பு மிச்சமிருந்த கோபமும் சேர்ந்து வெறியாகிக் கொதித்தது அவருக்கு. ஆஸ்பத்திரியிலிருந்து வந்ததும் அவனைப் பாட்டியிடம் கொடுத்தார். துரிதமாய் வேட்டி சட்டையெல்லாம் மாற்றிக்கொண்டு உள்ளடங்கி கர்ஜித்தார் அம்மாவைக் கிளம்பச் சொல்லி.

இரண்டு வாரங்களுக்குப் பிறகு அம்மாவை மாமா அழைத்துக் கொண்டு வந்திருந்தார். படியேறியதும் அம்மா பையைக் கீழே வைத்து விட்டு அவனைப்பற்றி மடியில் கிடத்தி தலையில் கைவைத்து தேம்பிக் கொண்டிருந்தாள். அப்பா வீட்டிலில்லை. மாமா சாப்பிட்டுக்கொண்டி ருக்கும்போது கொல்லைக் கதவைத் திறந்து ஈரத்தலையுடன் எட்டிப்பார்த் தது பாட்டி. ரகளை தொடங்கியது. பாட்டியின் வசவுகளுக்கு - மாமா அப்படியே இலைமுன்னே தலைகுனிந்து உட்கார்ந்திருந்துவிட்டு எழுந் தார். கைகழுவ தண்ணீர் கொண்டுவந்த அம்மாவைப் பார்க்கத் தயங்கி ஜாடையில் பிரிவு சொல்லி வெளியேறிப் போனார் மாமா. பாட்டியின் ஆங்காரம் அம்மாவிடந் திரும்பியது.

''கண்டவனுக்கெல்லாம் சாப்பாடுபோட இதென்னடீ தர்ம சத்திரமா... என் சொத்தையெல்லாம் ரோட்ல வாறித் தூத்துறாளே பாவி.'' அம்மா இலையை கொல்லைப்புறத்தில் போட்டு வந்து சமையலறை யில் அடைந்து கொண்டாள். என்ன செய்தும் அவள் கவனத்தை ஈர்க்க முடியாமல் கடைசியஸ்திரமாக விசும்பத் தொடங்குகையில் ஆதுரமாய் அவனைக் கட்டிக்கொள்கிறாள்.

உசுப்பியது குளிர் முற்றுகை. எழுந்துபோய் என்ஜினையும் விளக்கை யும் நிறுத்தி இரண்டு கோணிச்சாக்குகளோடு வந்தான். கட்டிலில் படுத்த படி ஒன்றில் தலையை நுழைத்து இடுப்பளவிற்கு வரும்படி இழுத்து இன்னொன்றில் இரு கால்களையும் விட்டுக்கொண்டான். சற்று பின்வாங் கியது குளிர். வேலை முடிந்ததும் வீட்டிற்கு வந்து படுக்கச்சொல்லி யிருந்தார் அப்பா. கோணிச்சாக்கின் உட்புறம் கனத்த இருளோடும் கூசும் சணல் நமைச்சலுமாய் மக்கிய வாசனை விரவி கிறக்கந் தட்டுகிறது.

பல நாட்கள் ஜுரமாய்க் கிடந்தாளென்று சொன்னார்கள். தீவிரமான

சிகிச்சைக்குப் பிறகு காய்ச்சலின் வீர்யம் வற்றிப்போனதென்று நம்பிதான் பாட்டி தலைக்குத் தண்ணீர் விட்டிருக்கிறாள். பிறரறிய மாட்டாமல் சுருங்கித் தருணம் பார்த்திருந்து குளித்த அன்று மாலையே ஜன்னியாய்ச் சாடியது ஜுரம். உடம்பை முறுக்கிக்கொண்டு பிதற்றித் துடிக்கிறாள் அம்மா. கால்களின் உதறலில் விரிப்பு கசங்குகிறது. உதட்டில் படிந்த முடிக்கற்றையை நாவால் ஒதுக்கப்பார்க்கிறாள். விழிகள் மேலேறிச் செருகுகின்றன. பாட்டி ஒன்றும் புரியாமல் பரிதாபமாய் அம்மாவைக் கட்டிக்கொண்டு ஒப்பாரியரற்றுகிறது. சனங்கூடி பரிதாபச் சொற்களில் ஆளுக்கொரு அபிப்பிராயம் சொன்னது. மாமா செய்தியறிந்து ஓடி வந்தார். அவனை அம்மாவிடம் நெருங்க விடவில்லை யாரும். ஆள்மாற்றி ஆள்தூக்கி வைத்துக்கொண்டு தேறுதல் சொல்கிறார்கள். இத்தனை நாட்களாக அவனைப் படுக்கவைத்த பிறகுதான் அம்மா அவனுக்கும் தனக்குமாகப் போத்திக்கொள்ளுவாள். இப்போது அம்மாவுடன் தானும் போர்வைக்குள் படுத்துக்கொள்ள வேண்டியிரு ந்தது அவனுக்கு. அப்பா அழைத்து வந்திருந்த டாக்ஸி அம்மாவை அள்ளிக்கொண்டு - கூட நான்கு பேர்களுடன் கிளம்பியது. புறப்படும் போது ''நீ வந்தால் உனக்கும் ஊசிபோடுவார்கள். சீக்கிரம் வந்துவிடு வேன்... அழாமலிரு'' என்றாள். அவ்வளவுதான் அவளால் சொல்ல முடிந் தது. கலைந்தது டாக்ஸியின் கரும்புகை. துணை வரும் பெண்களோடு ஆற்றுக்கு நீரெடுக்கப் போகையில் அவன் அழுதால் உடனே திரும்பி வந்துவிடுவாள். இது நீருக்கான புறப்பாடல்ல. அவ்வளவுதான். பிறகொன்றுமில்லை. ஒன்றுமேயில்லை.

எண்ணங்களைச் செரித்துக்கொண்டு மெதுவே உறக்கம் நிரம்பத் தொடங்குகிறது. சுழலின் மையம் நோக்கி இழுபடும் போக்கில் மனதி லிருந்து சகலமும் உதிர்ந்து வழிவிடுகின்றன. சிறு பூச்சிகளின் கிறீச்சிடலு மற்று ஆக்ரமித்த பேரமைதியில் எங்கோ காற்று சமைந்து கிடந்தது அசைவில்லாமல். மேகம்பாவிப் புதையுண்டிருந்தன நட்சத்திரங்கள். வானத்தின் இடிச்செருமலைத் தொடர்ந்து ஊருக்கப்பால் ஆற்றங்கரைக் காட்டிலிருந்து பிரகாசமாய் நீண்டு ஒடிந்தது மின்னல். கட்டிலில், கோணிச்சாக்கின் கதகதப்பில் அயர்ந்திருந்தவனின் செவியருகில் கெஞ்சல் தொனியில் பேசியது மிருதுக் குரலொன்று.

''உள்ளே போய்ப் படு...''

சட்டென்று ஒருமித்த பிரக்ஞை நுனிகளில் ஏதோ ஒரு சன்னச்சப்தமாக உணர்ந்தான். சாக்குத் தடுப்பை மேலேற்றிவிட்டு படுத்தபடியே சுற்றி லும் ஒரு தடவை எச்சரிக்கையாகப் பார்த்தான். யாருமில்லை. வயல்நரி ஏதாவது ஊளையிட்டிருக்க வேண்டும். அல்லது கொட்டகைக்குள் எலிகள் தாவி விழுந்து சப்தித்திருக்கும். மறுபடியும் அந்த ஓசை வருமாவென கவனங்கூர்ந்து காத்துக்கொண்டிருந்தான். மீண்டும் ஒலித்தது அந்தக் குரல். முன்பைவிட துல்லியமாக - காதருகே பணிவார்ந்த

கட்டளையாய் கிசுகிசுத்துக் கடந்தது பெண்குரல்.

"உள்ளே போய்ப்படு..."

அதிர்ச்சியில் விழியகல எழுந்து நின்றான். மயிர்க்கால்கள் குத்திட்டன. கதறிக்கொண்டு ஓடி அந்தக் குரலைப் பிடித்துவிட வேண்டும் போலிருந்தது. ஆச்சர்யம் மீறி விருப்பமேதுமற்ற ஆனந்தம் விகசித்தது. கொட்டகைக்குள் சென்று வெளிச்சமுண்டாக்கி அமானுட நித்யத்திடம் தன்னை ஒப்புவித்து களிதுடிக்கும் நெஞ்சுடன் குழைந்து நின்றிருந்தான். வெளியே திடுமெனத் தோன்றி தெறித்துப் புரண்டது மழை.

வரத்து

மறுபடியும் அதைப்போல் ஒன்று நடந்திருக்க வேண்டும். இத்தனை ஜனம் ஒரே இடத்தில் திரண்டிருப்பதற்கு வேறு காரணமெதுவும் தோன்றவில்லை. சாலையோரத்தில் சைக்கிளை நிறுத்திவிட்டு சற்று நேரம் கும்பலையே பார்த்துக்கொண்டிருந்தான். வெகுவான எண்ணச் சிடுக்குகளிலிருந்து ஒய்ந்து இளைப்பாறிக்கொண்டிருந்தது மனது. அந்த திருப்தியானது சகஜ பாவனையில் உறங்கும் மூர்க்க உணர்வுகளுக்கிடையில் எந்த நிமிடத்திலும் நிகழ இருக்கும் நுட்பத் தாக்குதல்களுக்கும், அவற்றின் முதிர்வில் அவனிடம் ஏற்படுத்தப்போகும் புறக்கொந்தளிப்புகளுக்கும் ஆயத்தம் பூண்டிருந்தது.

முன்னம் வாய்த்த அனுபவம் வேறுவிதம். அது லாரியேறிய பெண். சதை மசிந்து வெளேரென்று துருத்திய நெஞ்செலும்புகள். ரத்தத்தில் ஊறிக் கொண்டிருந்தது இளமையின் கோரக் கலவை. ரத்தம் புறக்கணித்துத் தெளிவாயிருந்த ஒரு பக்க முகத்தின் நவீன மோஸ்தர் காதுத் தொங்கல் கன்னத்தில் பதிந்து வெயிலுக்கு ஒளிர்ந்தது. இறந்த பின்னும் விட்டுவிடாத கையிலிருந்து விலகிக் கிடந்த வண்ணக் குடையின் கைப்பிடியில் மண் ஒட்டியிருந்தது. ஒரு போலீஸ்காரன் சாவதானமாக மூக்கைச் சிந்தியபடி ''நகரு நகரு... எஸ்.ஐ. வரப்போறாரு'' என்று லட்டியைத் தரையில் தட்டி மிடுக்குக் காட்டினான்.

வண்டலாய்த் தேங்கி நின்று யதார்த்தத்தின் உஷ்ணத்தால் ஆவியாகிப் போய் இப்போது இனம் புரியாத மணத்தை மட்டுமே தக்கவைத்துக் கொண்டிருக்கிற கடந்தகாலத்தின் ஒரு விசாலமான பகுதியில், அல்லது ஏதாவது ஒரு பருவத்தின் சொற்ப தினங்களில்... அல்லது உயர்வான அர்த்தத்துடன் எதிர்வந்து மோதி ஸ்தம்பிக்க வைத்து திரும்பிப் பார்ப்பதற்குள் தன் எல்லா அடையாளங்களையும் சுருட்டிக்கொண்டு மறைந்துவிடுகிற அனேக உன்னத நிமிடங்களிலொன்றில் - அவனது வார்த்தைகளோ, உடலோ, மௌனமான செயல்பாடோ அவளோடு தொடர்பு கொண்டிருந்திருக்குமென கருதினான். குறைந்தபட்சம் ரயில் நிலையப் பாலத்தின் உயரமான படிக்கட்டுகளில் அவன் புகைத்தபடி நிதானமாக நடக்கும்போது பின்னிருந்து அவனை உந்தித் தள்ளி நாகரிக வார்த்தையில் எரிச்சலைத் துப்பிவிட்டு முன்னேறும் மனிதர்களில் அவளும் ஒருத்தியாயிருந்திருக்கலாம். பிற்பாடு அவள் புதைக்கப்பட்ட மயானமறிந்து அவளுக்குப் பிரியமான எதையாவது சமர்ப்பித்து வர விருப்பமெழுந்தது. படம் வரையும்போது வெகு நாட்களாக தூரிகையைத் துடைப்பதற்காக உபயோகப்படுத்திய துண்டில் அற்புதமான நிறச் சேர்க்கையில் ஒரு ஓவியம் உருவாகி அவனது கவனத்திற்காகக்

காத்திருந்ததை சில தினங்கள் முன்புதான் கண்டுபிடித்திருந்தான். அதைப் போர்த்துவதும்கூட சிறந்ததாக அமையும். ஒரு கனவை அவிழ்த்துப் பரத்தியது அந்த இரவு.

கண்ணுக்கெட்டியவரை மரங்களேயில்லாத வெளியில் ஏக்கப் பிரவாகமான அழுகுரல் மிதக்கிறது. பாதங்களின் கீழே கரிய நிலத்தின் வெடிப்புகளில் நாறும் நிணம். வெயிலைத் தடவியுணர்ந்து ஊடுருவ முடிந்தது. ஒரு கைக்குழந்தையைத் தோளில் தாங்கி அவன் நடந்து கொண்டிருந்தான். குழந்தையின் தலை வழவழப்பாய் ரோஜா நிறத்தில் மின்னுகிறது. சற்றும் எதிர்பாராமல் நிலவெடிப்புகள் அதிகரிக்கத் தொடங்கி பெரும் பள்ளங்களாகின்றன. பள்ளத் திரவத்திலிருந்து தோன்றி மேல்வந்து அலைகின்ற குமிழ்கள் ஒவ்வொன்றாய் வெடிக்கும் போது ஜனிக்கும் அழுகுரல். பேராசையான அவலக் குரல்களின் தாபம் எங்கும் நிறைகிறது. பிரிந்துகொண்டிருக்கும் நிலத்திட்டுக்களின்மீது தாவிச் செல்கையில் அதிர்வு தாங்கமாட்டாத குழந்தையிடமிருந்து மெல்லக் கசிகிறது அழுகை. வெளி நிசப்தமானது. ஒரே குரல். அது குழந்தையிடமிருந்து வந்தது. குழந்தையின் கண்ணீர்ச்சொட்டு திட உருவில் தரை தொட்டவுடன் எழுந்த புகை தூண்போலாகியது - குழந்தையின் தலையும் நில வெடிப்புகளைப்போல விரிசல் காட்டுகிறது. குழந்தையின் அழுகுரல் ஓலமாய் வலுப்பதற்கேற்ப தலை வெடிப்புகள் ரத்த விளிம்புகளுடன் அதிகரிக்கின்றன. மிரளும் அவனின் கலவரமான தேற்றுதல் வார்த்தைகளுக்குக் கட்டுப்படாமல் கதறுகிறது குழந்தை. அவனில் மரண பயம் கவிந்தது. அவனுக்கே விளங்காத பிதற்றலாய் குழந்தையிடம் மன்றாடி முடியாமல், நிர்தாட்சண்யக் கண்களுடன் இமைக்காமல் வெறித்தழும் குழந்தையின் தலையில் முழுச் சக்தியுடன் குட்டுகிறான். குட்டு விழுந்த இடம் சில்லுபோல் நொறுங்கி ஓட்டை விழவும் - அந்த ஒழுங்கற்ற சதுரத்திற்குள் வெண்குழைவு அடர்ந்து கொதிக்கிறது. அதுமேலேறி வழியும்போது புலரும் ஒரு குருவியின் அலகு. தன் சிறகு வீச்சில் சப்தத்தின்மீது அமைதியைச் சரித்து மூடி குருவி பறக்கத் தொடங்கியது. இப்போது குழந்தையில்லை. அழுகுரல் இல்லை. நிலமும் வெயிலும் அவனுமில்லை. தூரத்தில் புள்ளியாகி மறைந்து கொண்டிருந்தது குருவி.

இரண்டு தினங்கள் வேறெதையும் நினைக்கவிடாமல், வலுவான நகக்குறியாய்ப் பதிந்து வதைத்தது கனவு. அறைத் தனிமை அவனை நெருங்கவிடாமல் துரத்த ஊர் வெளிப்புறங்களில் சுற்றிக் கொண்டிருந் தான். கனவின் வர்ணனையும் அதன் கீழே சில விளக்கச் சித்திரங்களும் குறிப்புப் புத்தகத்தின் சில பக்கங்களை நிரப்பின.

சுவட்டத்தில் கலந்து குனிந்து பார்த்தான். ஒருக்களித்த விகாரச் சயன மாயிருந்தது. வலதுகை தலைக்குமேல் உயர்ந்து அசாதாரண வளைவுடன் புழுதியில் பதிந்திருந்தது. வாயிலிருந்து தரையை இணைத்த ஒழுக்கு

நின்றுபோய் வாய்க்கோடியிலும் கன்னத்திலும் உறைந்திருந்தது ரத்தம். இனங்காணும் வாய்ப்புகளின்றி சக்கர வேகத்தில் பிசையப்பட்டிருந்தது முகம். தலையென்று அவதானிக்கக்கூடிய பாகத்தின் ரோமப் பிளவின் கீழிருந்து நாவின் நுனிபோல மூளை எட்டிப்பார்த்திருந்தது. ஒரு கால் மடிந்தும் இன்னொன்று திக்குகள் காட்டும் விரைத்த விரல்களுடனும் நீண்டிருந்தது. ஆழச் சிராய்ப்பில் தசையுரிந்து முழங்கை எலும்பு வெளித் தெரிந்தது. தார்ச்சாலையில் - விளிம்புகளில் ஈக்களுடன், ஒரு அபகரித்த லின் தீவிரத்தை விளக்க முற்படும் ரத்தப் பெருக்கில் ஊறிக்கிடந்தது பிணம். மேலும் நிற்க முடியாமல் கூட்டத்திலிருந்து விலகி நடந்தான்.

சைக்கிளை அந்த இடத்திலேயே விட்டுவந்ததை அப்போதுதான் அறைச் சூழல் உணர்த்துகிறது. மறுபடியும் அவ்வளவு தூரம்சென்று சைக்கிளைத் தேடுவதற்கு இசைவற்றிருந்தது உடற்களைப்பு. அகாலத்தி லும் விட்டுவந்த இடத்திலேயே சைக்கிள் நின்று கொண்டிருப்பதாய் யோசிப்பதற்கு ஒரு முகாந்திரமுமில்லை. அது பூட்டப்படாதிருந்தது.

தீய்ந்த முனைகளுடனான சிகரெட் துண்டுகளும், கிழிபட்ட காகிதத் துணுக்குகளும் வண்ணங்கள் காய்ந்த தூரிகைகளும் விரவி அறையை வயப்படுத்தியிருந்தன. புழுதியின்மீதும் பழைய காலண்டர் தாளின் மீதும் படுக்கை விரித்திருந்தான். படுக்கையெனில் அழுக்குப் பிடித்த போர்வையொன்று தரையில் சுருண்டு கிடப்பது. உத்தரக் கட்டைகளின் ஏதோ ஒரு இடுக்கில் எலி செத்துக் கிடக்கும் துர்நாற்றம் அழுத்தமாகப் பரவியிருந்தது. சிகரெட் - கொசுவர்த்திச்சுருள் புகைமூட்டத்தினூடேயும் அவனைத் தீண்டுவிடும் வல்லமையாயிருந்தது நாற்றம். இருந்தது எல்லாமும் அரைகுறையாக வாசிக்கப்பட்ட இரவல் புத்தகங்கள். நல்ல புத்தகத்தை உடமைக்காரனிடத்தில் திரும்ப ஒப்படைக்கையில் அத்தியந்தமாய் உடலோடு ஒட்டியிருந்த தனி வஸ்துவொன்றை பிய்த்துக் கொடுப்பதான சோகம் நெருடும். புத்தக அடுக்கின் இடையிலிருந்து குறிப்புத் தாள்களையெடுத்துப் புரட்டத் தொடங்கினான். வெறிபிடித்த கொசுக்கள் அவனைச் சுற்றி வந்து அவ்வப்போது சருமத்திற்குள்ளாக மூக்கைச் செலுத்தியமர்ந்து சில நொடிகள் தியானித்தன. கடந்த வாரம் செல்வரெங்கனோடு நடந்த உரையாடலை எழுதியிருந்ததில், அவனுடைய விஷயமாக இன்னும் கொஞ்சம் சேர்க்க வேண்டியிருந்தது. எழுத முற்படும்போது தற்போதைய உபயோகத்திற்கு சிகரெட் இல்லா தது ஆயாசமேற்படுத்தியது. நசுங்கி சிதறிக்கிடந்தவற்றில் பெரிதாகத் தேர்ந்த ஒரு சிகரெட் துண்டைப் பற்றவைத்து பேனாவின் முனையால் புள்ளி வைத்தபடியிருந்தான். வராண்டாவில் உதிர்ந்துகிடந்த இலைச் சருகுகளுக்கு அறையைச் சுட்டியது காற்று. யாரோ தடதடத்து ஓடுவது போல அஸ்பெஸ்டாஸ் கூரைமீது மரக்கிளைகள் உராய்கின்ற சப்தம். எழுந்து கதவைச் சாத்திவிட்டு வந்து உட்கார்ந்தான். அடித்தல் திருத்தலாய் தாளில் குமுறிக் கிறுக்கியது பேனா. எங்கோ ஒளிபுகாத வனத்தின் பாறையில் உடலைக் கிடத்தியிருக்கும் மலைப்பாம்பின் வயிற்றுக்

கோடுகள் துண்டுதுண்டாய் தன் மார்பின் ரோமங்களுக்கிடையில் பதியும் பிரமையில் கிலி தட்டியது. நிமித்தமற்ற அச்சத்தில் எழுத முடியாமல் விளக்கை அணைத்து சில்லிட்ட தரையில் படுத்துக்கொண்டான். உறக்கத்திற்கல்ல இருட்டு. திடீரென்று பக்கத்தில் துழாவி காகிதமும் பேனாவுமெடுத்து மறைப்பு நீங்கத் தொட்டுவிட்ட ஒரு வாசகத்தை தோராயமாகக் கணித்து எழுத்துகளில் நிறுத்தினான்.

ஏகப் பராக்கிரமமாய் வீசிய காற்றுக்குப் பிறகு ஆர்ப்பாட்ட இரைச்சலுடன் வந்தாடியது மழை. கூரையில் நீர்ச்சரங்களாக மோதி அவனைத் திடுக்கிட வைத்து எங்கும் தன் கர்வத்திரை விரித்தது. அவன் உடைகளைக் களைந்து வராண்டாவிற்கு வந்தபோது, வெளியேறும் மார்க்கமின்றி அவனுக்குள்ளே பரிதவித்துக்கொண்டிருந்த முறையீடுகளும் இன்ன பிறவும் வாசகங்களாக விடுபட்டன. நீரடித்த கண்களின் உறுத்தலை விருப்பத்துடன் சகித்து, வளர்கின்ற வாக்கியங்களுடன் படுத்துக் கிடந்தான். அவற்றையெல்லாம் இடிமுழக்கி அங்கீகரித்தது வானம். கவிழ்ந்து படுத்து தரையைத் தழுவி ஓடுகின்ற நீர்மேல் முத்தம் வைத்தான். உதடுகள் இயல்பாயில்லை. கரிப்புச் சுவையொத்த எதுவோ ஒட்டிக் கொண்டிருந்தது. முகத்தை கையால் வழித்துவிடுகையில் விரல்களுக் கிடையில், குமட்டும் மணத்துடன் பிசுபிசுத்தது இளஞ்சூடான புதிய ரத்தம். திகைப்பில் சிறைப்பட்ட நாவு அவனின் விறீடலை ஒரு முனகல் விளிப்பாகவே வெளியிட்டது. பதைத்து எழுந்தான். அடிவைக்கும் இடமெல்லாம் பாய்ந்து கொழகொழப்பாய் வழுக்கியது. சிரிப்பில் விரியும் கொடூர உதடுகளுக்கிடையில், தோன்றி மறையும் பல்வரிசையாய் ஒளியெறிந்த மின்னலில் வெளியெங்கும் கருஞ்சிவப்புப் படலம் கண்டு குலைபதறி அறைக்குள் விழுந்தான். திறந்த கதவுகள் வழியே இலைச் சருகுகளையும் போர்வையையும் நனைத்து உள்ளேயும் ரத்தம் நுழைந்திருந்தது. பாதி மயக்க நிலையில் அவனுக்குள்ளேயே ஒண்டிக் கொண்டு அறை மூலையில் புகைப்படமாய்ச் சமைந்தான். வெகுநேரம் அமர்ந்து வியர்த்து அந்த நிலையிலேயே உறங்கிப் போனான். உறக்கதிற்கு முன்பான வினாடியிலும் வெளியே சந்நதங் கொண்டலறும் ரத்தப் பொழிவை கிரகிக்க முடிந்தது.

தன்மீது கொஞ்சம் உற்சாகத்தைப் பிழிந்துகொள்ள மேற்கொண்ட செயல்களில் தோற்று, வாடிய மனதின் மேய்ப்புத் தரையாக எதையாவது பற்றிவிட இலக்கற்று அலைந்து கொண்டிருந்தான். வெளியேறிய பொழுதில் அவனுக்குப் பக்கமாக வந்து நின்று மனிதர்களைக் கழித்த பஸ்ஸில் ஆலோசனையுடன் ஏறி நின்று பார்த்தான். உட்கார்வதற்கு இடமெதுவும் காலியாயில்லை. அவனது இருக்கையைக் கைப்பற்றிய விரோதி யாராக இருக்குமென்று முகங்களைக் கூர்ந்து கவனிக்கையில் பஸ் கிளம்பியது. பஸ் புறப்பட்ட பிறகும் எங்கு செல்வதென்று தீர்மானிக்க முடியவில்லை. நகரத்திற்கும் அப்பால் எந்த கிராமத்திலாவது இறங்கிக் கொள்வதென்று உத்தேசமாய்க் குறித்து வைத்தான். ஜன

நெரிசல் மிகுந்த பஸ்ஸில் அவன் கொஞ்சம் கால்மாற்றி வைக்கவும் இடமில்லாமலிருந்தது. மனிதர்கள் எந்த சங்கோஜமுமில்லாமல் சாய்ந்தும் தள்ளிக்கொண்டும் - மேல் கம்பியைப் பிடித்த கரத்தின் முட்டியால் அவன் தலையில் இடிக்கவும் செய்தனர். அவனும் கம்பி யைப் பிடித்துக் கொண்டிராவிடில் தடுமாறி, பக்கத்து இருக்கைப் பெண் ணின் மடியிலிருந்த குழந்தை மீது விழுந்திருப்பான். அந்தக் குழந்தை உறங்குவதும் கண்களைத் திறந்து பார்ப்பதுமாயிருந்தது. அவனைச் சொடுக்கி வீழ்த்தியது அதன் குறுநகை. வாத்ஸல்யம் மிகுந்த இணக்கமான பாவத்துடன் பார்த்துக் கொண்டிருந்தான். அதன் தாடையில் வழிந்திருந்த எச்சிலில் லேசாக விஷச் செம்மையேறிக்கொண்டிருப்பதாய் ஊகித்ததும் பட்டென்று முகத்தைத் திருப்பிக்கொண்டான். ஒரு ஜந்து தன் முரட்டுச் செதில்களைக் கொண்டு மண்டைக்குள்ளாக கீறி வரைவதிலேற்பட்ட வலியை எதிர்கொள்ள இயலாமல் அடிக்கொருதரம் அவன் தலை குலுங்கியது.

தலையைத் தடவி விட்டுக்கொண்டே சக பயணிகளை வேடிக்கை பார்த்தவாறிருந்தான். கண்டக்டர் நெரிசலில் புகுந்து பிரயத்தனப்பட்டு வெளிவருகையில் விபத்தில் இறந்தவனின் ஒரு அம்சம் அவர்மீது கவசமிடுவதை எச்சரிக்கையாகக் கவனித்தான். இந்த பஸ் எதுவரையில் செல்லுமென்று விசாரித்து கடைசி நிறுத்தத்திற்கு டிக்கட் வேண்டினான். அவன் கையில் டிக்கட்டைத் திணித்துவிட்டு வினோதமாய் உற்றுப் பார்த்த கண்டக்டர், அப்பால் நகர்ந்தார். டிக்கட்டோடு சேர்த்து கம்பி யைப் பிடித்திருந்த கையில் இறகு வருடுவது போலிருந்த கிளர்ச்சி யனுபவத்திற்குக் கூசியது உடல். அந்த சுகம் அறுந்துவிடாத ஜாக்கிரதை யோடு தலையுயர்த்திப் பார்த்தான். உள்ளங்கையிலிருந்து ஒழுகி முழங்கை வரையிலான நெளிகோடுகளின் முடிவில் சொட்டுக்களாய் ரத்தம் துளிர்த்திருந்தது. நெஞ்சையடைத்துத் திணறியது சுவாசம். கையை உதறி அழுத்தமாய் சட்டையில் துடைத்துக்கொண்டான். பிசுபிசுப்பு அகன்றபாடில்லை. மீண்டும் மீண்டும் பரபரப்பாய் கையைத் தேய்த்து அதை முற்றுமாய்க் களைந்துவிட முனைந்தான். நசித்துப்போன மனித மூளையின் ஒரு துண்டை கண்டக்டர் உதிரக் கறைகளுடன் தன் கையில் திணித்ததை நம்பத் திராணியற்று அங்குமிங்குமாய் நடுக்கத்துடன் தேடினான். அந்த பஸ்ஸிலிருந்து உடனடியாக தப்பிச் செல்வதாயிருந்தது அவனது முயற்சி. பெருத்த அசைவுடன் பஸ் நின்றது.

ஜனனம்

மித்திரன் நடந்து கொண்டிருந்தது நகரத்தின் பிரதான சாலைகள் ஒன்றில். ஓய்வு தினத்தில் வீடடங்கிப்போன மக்களுடன் ஒட்டாத சிறு தெறிப்பாக ஆட்கள் நடந்துகொண்டிருந்தனர். நெருக்கடியின்மையை அதிகபட்ச வேகத்திற்குப் பயன்படுத்தின வாகனங்கள். மித்திரன் மனம் புடைக்கத் துயரம் பெருகியபோதெல்லாம் பைக்கை எங்காவது பாதுகாப்பான இடத்தில் நிறுத்திவைத்துவிட்டு வெகு தொலைவு நடப்பது வழக்கம். மோதிக்கொள்ளாமல் எதிர்வரும் ஆட்களை உத்தேசமாகக் கண்டு குனிந்து நடந்தான். பதுங்கியிருக்கும் துன்பத்தின் கேடான மணத்தை முகர்ந்து அதன் சக்தியை நிதானிக்கினற சிரமத்தில் மனம்.

அது வரப்போகிறது. பட்டென்று கருமையிலாழ்ந்தது ஆகாயம். இடிபந்தொன்று உருண்டது மேற்கில். உத்வேகத்தோடு உதித்தது மழை. சடுதியிற் கொட்டித் தீர்க்கின்ற ஆவேசம். சற்று தூரத்திலிருந்த பஸ் நிறுத்தக் கூரை நோக்கி ஓடினான். அதைச் சென்றடைவதற்குள் தாளாத புத்திர வாஞ்சையுடன் மழையின் முலை பீச்சப்பட்டு முற்றும் நனைந்தது அவன் தலை. அவனைத் தவிர இரண்டொருவர் ஒதுங்கியிருந்தனர். அவனுக்கு மிகப் பக்கத்தில் ஒரு சிறுமி நின்றிருந்தாள். அவளது தலையில் - சீவுதலுக்கு அடங்காமல் மேலோட்டமாகப் பரந்திருக்கும் மயிரிழைகளில் புள்ளிப் புள்ளி ஸ்படிகங்களாகக் கோர்த்திருந்தது நீர். இரட்டைக் குறுஞ்சடைகள். பிடறியில் இரண்டு சடைகளும் பிரிகின்ற இடத்திற்கு சற்றுக் கீழான புறங்கழுத்தின் மகா வசீகரத்தில் சிக்கி நின்றான் மித்திரன். எதைப் பற்றியும் லட்சியமில்லாமல் உடல் அணங்காமல் ஒரே இடத்திலேயே முகமுயர்த்திப் பார்த்திருந்தாள். அவள் பார்த்துக் கொண்டிருந்தது, எதிர்வரிசையிலிருந்த உயர்ந்த கட்டிடங்களுக்கு மேலாக.

நவீன பாணியில் தைக்கப்பட்ட கரும்பச்சை பள்ளிச் சீரடை இணைக்கத்துடன் பொருந்தியிருந்த மெலிவான உடல். இரண்டு கைகளையும் ஸ்கர்ட்டில் உள்ள பக்கவாட்டுப் பைகளில் திணித்திருந்தாள். அந்தக் கைகளில் - ஸ்கர்ட் மறைக்காத கெண்டைக் கால்களில் - புறங்கழுத்தில் பெருக்கெடுத்தோடிய வெளிர் சரும நிறத்தின் உயிர்ப் பிரகாசத்தோடு ஒரு பந்தம் எழுப்பிக் கொடுத்தது மழையின் அந்தகாரம். இரண்டு கைகளையும் ஸ்கர்ட் பாக்கெட்டுகளில் திணித்து மழையை உற்று நோக்கியிருந்த அவளது முகத்தைக் காண மித்திரன் கொஞ்சமே முன்னேறி நின்றான். அதிரூபலாவண்யம் உடனடியாகத் தந்த அனுபூதித் தன்மையில் சூழல் மறந்த பரவசம் புலம்பி மயங்கியது. ஐயோ... தேவதைகளின் சின்னஞ் சிறு தலைவியல்லவா இவள்... ரட்சிப்பின் அடையாளம்... சின்னச் சீமாட்டி... அழகுப் பேரழகுப் பொக்கிஷம். பெருஞ் சந்தோஷத்தின் ஏக

இளவரசி... சிறுமியே நீ என்னுள் இரு. எனது மகளாயிரு சில நிமிடங் களுக்கேனும். மழையின் ஒரு துளியும் அண்டாமல், நகரத்தின் நச்சுக் காற்று படாமல் உன்னை உன் வீடுகொண்டு சேர்க்கிறேன். வணங்கி நில்லுங்கள் வழியோரத்தில், இதோ வந்திருக்கிறது உலகனைத்திற்கும் போதுமான பெருஞ்செல்வம்... சிறுமியே... என் மகளே உன்னைத்தீண்ட அனுமதிகொடு... என் ஒற்றை விரல் நுனியால் தொட்டுக் கொள்கி றேன்... புன்முறுவல் காட்டியொரு சொல் வழங்கு... உன் சிரத்தில் முத்தமிடுகிற அருள்கொடு.

செழுமையான சின்ன அதரங்களில் புன்னகை மலர அவள், பாக்கெட்டிலிருந்த இரண்டு கைகளையும் உடலோடு ஒட்டிக்கொண்டு இரண்டு தோள்களையும் உயர்த்தி இறக்கினாள். சாந்தமும் தூய்மையு மான கண்கள். அகலமான கண்கள். அதன் விளிம்புக் கருமையில் புதைந் திருந்தது மோனத் தரிசனங்களின் நுண்பொருள். நிற்காதே மழையே! நீ அடங்கினால் அகன்றுவிடுவாள் இவள்... நான் இன்னும் இவளைப் பார்த்துக்கொள்கிறேன்... இன்னும் இன்னும்... சுந்தரமய முகத்திலிருந்து சற்றே மேலெழுந்து வருகின்ற நாசியெனும் அற்புதத்திற்கு வெறும் காற்றை சுவாசிக்கக் கொடுப்பது யார்? சிவப்புக் கன்னங்கள், கேசம் படிந்த நெற்றி, கூர்ந்த தாடை எல்லாவற்றிலும் பொங்கிப் பிரவகிக்கும் சிருஷ்டியின் சாஸ்திர வீர்யம்... விழிதிறப்பிற்கான திரவியம்...

சிறுமி மழையிடம் பெருமூச்செறிந்தாள். பிரகாசமானது முகம். சுற்றிலுமிருந்தவர்களை ஒரு தடவை பார்த்துக்கொண்டாள். பாவனை யில் பெருந்தகைமைத் தயக்கம் தெரிந்தது. எதற்கோ ஆயத்தமாகி யிருந்தாள். எதையோ எதிர்பார்த்தாள். பாக்கெட்டினுள் இருந்த கைகளில் சலனம். ஆவலுடன் மழையை உட்கொண்டன கண்கள். இதோ இப்போது சிட்டென மழைக்குள் புகுந்தோடி மறைந்துவிடுவாள்போல. அவள் நகர்ந்து பஸ் நிறுத்தக் கூரையிலிருந்து நீர் வழிந்து விழும் ஓரத்தை யடைந்தாள். மறுபடியும் தயக்கமார்ந்ததாகவும் நாகரிகக் கெளரவமிக்கது மான நோட்டம் சுற்றியிருந்தவர்கள்மீது. அவ்வளவுதான். அவள் எது வொன்றையும் பொருட்படுத்தத் தயாரில்லை. பாக்கெட்டில் மறைத் திருந்த வலது கரத்தையெடுத்து நீட்டி மழையை ஏந்தினாள். அந்தக் குழந்தைமை எதைச் செய்வதற்கு இயற்கையினால் இவ்வளவு நேரமாக உந்தப்பட்டுக் கொண்டிருந்ததோ அதைச்செய்துவிட்டது கடைசியில். ஆடவரே, பெண்டிரே, நல்லிதயம் கொண்ட சின்னஞ் சிறார்களே, கடவுள் களே, முப்பது முக்கோடி தேவன்மார்களே, அண்டசராசரப் பிரபஞ் சமே... என்ன கொடுமை இது? அழகுச் சிறுமியின் வலது கரம் விரல்களற் றிருந்தது. வெறும் உள்ளங்கையில் பட்டு மழைத்துளிகள் உடைந் தொழுகிக்கொண்டிருந்தன. உள்ளங்கையில் விழுகின்ற துளிகள் ஒவ் வொன்றும் ஆனந்தத்தை நிரப்பின அவள் முகத்தில். அந்த உள்ளங்கை நீண்டு மழையினூடாக விகஸித்தது. கண்ணுக்கெட்டிய தூரம் வரையில் பிரமாண்ட கனபரிமாணங்களோடு மொட்டையாக நின்றது. செங்குத்

தாக நின்ற கையின் கீழ்நோக்கிச் சரியும் ஒரு ரேகையின்மேல் முனையிலிருந்து உருளலில் வளர்ந்து தரையைத் தொடுமுன்பு ஓங்காரமாக வெடித்தது ''மித்திரா...''

மித்திரன் கனவுக் குழந்தை முகத்திடமிருந்து மெதுவாக வெளியேறினான். மூடியிருந்த இமைகள் பகல் கனவு பொய்க்குமா மெய்க்குமா என்ற கலவரத்தின் இரு பகுதிகளாகப் பிரிந்தன. மனத்துடிப்பின் மேல் வந்தமர்ந்தது சப்தம்.... ''மித்ரா...''

டாக்டர் ரமணனின் குரல் அது. தோட்டத்து செம்பருத்திப் புதர் அருகில் நின்று அரூபமாக விளிக்கிறார்.

''இப்போது என்ன சிந்தனை உனக்கு. நீ சிந்தித்து செயல்பட்டிருக்க வேண்டிய தருணம் எப்போதோ சென்றொழிந்துவிட்டது. இனி உன்னாலும் என்னாலும் ஒன்றும் செய்ய இயலாது. புரிகிறதா? பின்னால் உன் மனைவிக்கு ஏற்படப் போகும் பெருத்த அதிர்ச்சியை - கவலையாக மாற்றுவதற்குரிய ஒரே நிவாரணம் மட்டுமே இருக்கிறது.''

மித்திரன் மேசைமேல் திறந்து கிடந்த புத்தகங்களையும், காகிதங்களையும் ஓரத்தில் தள்ளி வைத்தான். அவன் இருந்த இடத்திலிருந்து படுக்கையறை தெரிந்தது. கட்டிலின் கீழ்ப்பகுதி தெரிந்தது. ஒருக்களித்த வசத்தில் ஒன்றன்மீது ஒன்றாய்க் கிடந்த முழங்கால்களில் இளஞ்சிவப்பு நிற நைட்டி, சுருக்கங்களால் வருடிச் சேவித்தது அந்த உடலை. ஓசையெழுப்பாமல் எழுந்து படுக்கையறைக்குள் சென்றான். ஆழ்ந்த உறக்கம் நெகிழ்த்தியிருந்தது வனிதாவை. வனிதாவின் கரம், ஒரு உயிருக்கு இடங்கொடுக்கும் பொருட்டு வீங்கிப் பெருத்திருந்த அவளது வயிற்றின் மேல் பரிவுடன் படர்ந்திருந்தது.

அறை முழுவதும் சுவர்களில் குழந்தைகள் சிரித்தார்கள். பிறந்து ஒரு வருடத்திற்குள்ளான தேஜஸ் மிகுந்த குழந்தைப் படங்கள். அழகான குழந்தை உருவங்களையே பார்த்துக் கொண்டிருந்தால், பிறக்கிற குழந்தையும் அப்படியான அழகுடன் இருக்கும் என்று யாரோ அவளுக்குச் சொன்னதன் பேரில் - மித்திரனை கட்டாயப்படுத்தி வாங்கி வரச் செய்து மாட்டியிருந்தாள். வனிதா வெகுநேரம் குழந்தைப் படங்களை ரசிப்பதும் - தூங்கி எழுந்ததும் அப்படங்களின்மீது விழிப்பதும் விவரிக்க முடியாத பயங்கரத்தைக் கிளறியது மித்திரனுக்கு. படங்களில் குழந்தைகள் முழுமையான பொலிவுடனிருந்தன.

கட்டிலில் அசங்காமல் வனிதாவின் அருகில் அமர்ந்து நிறைவயிற்றில் பற்றியிருந்த கைவிரல்களைப் பட்டும் படாமலும் தடவினான். எழிலுடன் நீண்டு குவிந்த சதைப்பற்றான விரல்கள். நரம்புத் தடமற்ற புறங்கையிலிருந்து ஆரோக்கியமாகச் செம்மாந்து தோன்றியிருந்த வனப்புத் தண்டுகள். அந்த விரல் நகங்கள் நொடி நேரம் மண்ணிற்குள் பதியமிருந்தால் அந்த இடத்தில் சௌந்தர்யத்தின் விருட்சம் முளைத்து

வளரும். நிச்சயம் வளரும்தான். தாய்மையின் கதகதப்பும் பெருங் கருணையும் கிளைத்துப் பரவும் விரல்களின் சருமத்தில் மிகமிக மெல்லிய கோடுகளுண்டு. விரல்கள் மடங்கும்இடங்களில் உள்ள இளஞ் சுருக்கங்களில் மசியைத் தடவி காகிதத்தில் ற்றிப் பிரதி செய்தால் கிடைக்கும்நகலின் போடுகள்மிகத் தொன்மையானமொழி ஒன்றின் அருமையான வார்த்தையாயிருக்கும். அப்படியேதானிருக்கும்.

வனிதா உறங்கிக்கொண்டிருந்தாள். படங்களின் குழந்தையொன்று உள்ளார்ந்த சீராட்டலில் சிணுங்கிக்கொண்டிருக்கும். விரல் நகங்களின் நீலப் பூச்சின் கீழ் ஐந்து பிறைகள் தோன்றியிருந்தன நக நிறத்தில். சென்ற வாரம் அந்த நகங்களுக்கு நீலப் பூச்சிட்டது மித்திரன். சற்றே விரல் முனைகளை அழுத்தினால் ரோஜா நிறப்பிறைகள் ரத்த எழுச்சியில் அடர் சிவப்பாக மாறும் அதிசயம் பார்க்கலாம்.

''மித்திரா'' டாக்டர் ரமணன் ஜன்னலுக்கருவில் அட்டகாசமாகச் சிரித் தார். ''அந்த விரல்களை ஏன் அவ்வளவு தீர்க்கமாகப் பார்த்துக்கொண்டி ருக்கிறாய்... ஏக்கமா, அச்சமா. அவளை எழுப்பி எல்லாவற்றையும் சொல்லிவிடு இப்போதாவது. கடைசி நேரத்திலாவது உன் மனைவிக்கு விசுவாசமாக நடந்து கொள். யோசித்துப்பார் நண்பனே, இப்படிப்பட்ட விஷயத்தை அவள் நிஜத்தில் எதிர்கொள்ளும்போது எப்படியாவாள்? தாங்குவாளா? அவ்வளவு திடமுண்டா அவளுக்கு? உன்னைவிட அவளது உடல் நிலை பற்றி அதிகம் நானறிவேன் மித்திரா! சகித்துக் கொள்வது சிரமம். அதிர்ச்சியில் தாக்குற்று அவள்... வேண்டாம். ஒரு போதும் அப்படியொன்று நடக்க வேண்டாம். இருப்பது ஒரே வழி. அவளை எழுப்பி சொல்லிவிடு.'' மித்திரன் குறுநடையில் உலவினான். தலையின் வலிக் கூட்டிலிருந்து விண்ணென்று கொத்திக் கிறங்கின குஞ்சுகள். குளிர்ந்த நீர் எடுத்துப் பருகினான். டாக்டர் ஹாலில் உள்ள நாற்காலியில் அமர்ந்து இவனையே வெறித்தார்.

''அவளுக்குத் தெரியப்படுத்த வேண்டாமென்று என்னையும் வாயடைத்து விட்டாயே மித்திரா. நண்பன் என்பதனாலேயே நீ சொல் வதற்கெல்லாம் உடன்பட வேண்டியிருக்கிறது. மிகவும் முற்றிவிட்டது காரியம். கடைசி வாய்ப்பு இதுதான். ஆதியோடந்தமாக அவளிடம் எல்லாவற்றையும் எடுத்துச் சொல். அவள் நல்ல பெண். ஏமாற்ற வேண்டாம்.''

மித்திரன் அலுவல் அறைக்குள் நுழைந்து அமரும்போது டாக்டர் உள்ளே வந்து அவனுக்கு எதிரே நின்றார். குழப்பத்தில் மேசை மீதிருந்த புத்தகங்களைப் புரட்டுவதும் இழுப்பறைகளைத் திறந்து எதையோ தேடுவதுமாயிருந்தவனை டாக்டர் ரமணனின் நட்பான அறிவுறுத்தல் ஸ்தம்பிக்கச் செய்தது.

''அப்பட்டமான மோசடி இது! அவளிடமிருந்து விஷயத்தை

ஒளிப்பது மோசடி என்றுதான் எனக்குப் படுகிறது. சந்தர்ப்பத்தைத் தவற விடுவது நல்லதல்ல. சொல்லி அவளைத் தயார்ப்படுத்துவது ஒன்றுதான் திடுமென அவளுக்கு ஏற்படப் போகும் துயரத்தைக் குறைந்தளவாவது நிவர்த்திக்கும். அருமை மித்திரன், நான் உன்னைவிடவும் வயது முதிர்ந்த வனல்லவா... நான்சொல்வதை செயலாக்கு. ''இதோ பார் வனிதா, உனக்குப் பிறக்கப் போகின்ற பெண் குழந்தை சாதாரணமாக இருக்காது. அது ஊனமுற்ற குழந்தையாயிருக்கும். முக்கியமாக விரல்களற்ற குழந்தையாயிருக்கும்' என்று சொல். சொல்லித் தேற்றுவது உன் கடமை. ஆரம்பத்திலேயே அவளை நான் சோதனைசெய்தது, இந்த குறைபாட்டின் மூலத்தைக் கண்டுபிடித்தது, உடனே கருக்கலைப்புக்கு உன் ஒப்புதல் வேண்டியது, குழந்தைக்கு ஏற்படப் போகும் எதிர்கால பாதகங்கள் அத்தனையையும் நான் விவரித்துச் சொல்லியும் நீ மறுத்தது எல்லா வற்றையும் சொல்லாவிட்டால் அது பாவம். 'எப்படி வேண்டுமானாலும் குழந்தை பிறக்கட்டும் நான் வளர்த்துக் கொள்கிறேன்' என்று வீறாப்பாகப் பேசிய வெட்டித் திமிர் உனக்கு. சில தினங்களில் குழந்தை பிறந்து விடலாம். வனிதாவிற்கு ஏற்கனவே பலகீனப்பட்ட உடல் நிலை. ஊகிக்க முடிகிறதா? எப்படி வேண்டுமானாலும் நடக்கலாம்.''

படுக்கையறைக்குள் மித்திரன் எட்டிப் பார்த்தான். வனிதாவின் மிருது வான உறக்க மூச்சில் நெஞ்சு உயர்ந்து தாழ்ந்தது. ஒளியால் மித்திரனின் உயிரை இருத்திய விழிகள் ஓய்விலிருந்தன. டாக்டர் ரமணன் அவனைச் சுற்றி நின்றுகொண்டிருக்கிறார். தோட்டத்தில், படுக்கையறையில், எழுத்து மேசையின் முன்பு... மித்திரன் பார்க்கின்ற எல்லாவற்றிலும் அவர் இருந்து நிர்ப்பந்திக்கிறார். ஸ்டாண்டில் கிடந்த துண்டை எடுத்து முகம் துடைத்தான். துடைத்த துண்டில் சிறு பொட்டு வடிவத்தில் இரண்டு நீர் அடையாளம். அவை கண்ணீர்த் துளிகளாய் இருக்காது என்று நம்பினான். அவனையறியாமல் கண்களிலிருந்து துளிகள் திடீரென உருள்வதை உணர்ந்தும் - அது அழுகைதானென்று அவன் ஏற்கவில்லை.

காற்றுக்குச் சடைத்து நீர் சொரிந்தது மரம். அடங்கிய மழை மீத மேற்றுப் பெய்தது. மித்திரன் அதனடியில் ''பைக்'கை நிறுத்தினான். கவர்ச்சியான ராணுவ உடுப்பணிந்து வாயிலில் துப்பாக்கி சகிதமாக நின்றிருந்தவனிடம் தன்னை அறிமுகப்படுத்திக்கொண்டான். உள்ளே இருந்த அதிகாரியிடம் அவன் அழைத்துவரப்பட்டபோது, அவனது எதிர் பார்ப்பிற்கு மாறாக அதிகாரியின் மேசைமீது தொலைபேசி எதுவும் இல்லை. அவன் உடனடியாக ரமணனின் மருத்துவமனையோடு தொடர்புகொண்டு வனிதாவைப் பற்றி விசாரிக்க வேண்டியிருந்தது. வனிதா ரமணனின் பொறுப்பில் மருத்துவமனையிலிருக்கிறாள். பிரசவம் எப்போதுவேண்டுமானாலும் நடக்கலாம்.

அவள் அருகில் இருக்கும்போதுதான் அலுவலகத்திலிருந்து அவசரத் தகவல் வந்தது தொலைபேசி வழியே. இருபது கிலோமீட்டர் தொலை

வில் உள்ள மலைப்புரத்தில் ஒரு ரயில் விபத்து நடந்திருந்தது. அடுத்த நான்கு மணிநேரத்திற்குள் விபத்து தொடர்பான விபரங்களையும், புகைப்படங்களையும் சமர்ப்பித்தாக வேண்டிய கட்டளையை இதமாக பத்திரிகை அலுவலகம் அவனுள் செலுத்தியது. மறுப்பதற்கியலாது. வேலையைக் கைமாற்றிக் கொடுப்பதற்கான அவகாசமில்லை. நான்கு மணிநேரத்திற்குள் முடித்துக் கொடுத்தால் அடுத்த நாள் காலையில் வெளியிட்டு செய்திகளைத் திரட்டும் துரிதம் பற்றி பொதுஜனப்பிரீதியை மீண்டும் வென்றெடுக்கும் நிர்வாகம். அருகில் துவண்டு பிரக்ஞையற்றுப் பரிதாபமாகக் கிடந்தாள் வனிதா. வசப்படுத்தும் தரமற்றிருந்தது டாக்டர் ரமணன் சொன்னது. ''சாதாரண உறக்கம்தான். வேறொன்றுமில்லை'' என்றார் அலட்சியமாக.

இங்கே தொலைபேசி இல்லை. ஒருக்கால் ராணுவ முகாமின் வேறெந்தப் பகுதியிலாவது இருக்கலாம். பரிச்சயத்திற்காக தனது அடையாள அட்டையை அதிகாரியிடம் கொடுத்துப் பெற்றான். சீருடையின் மார்புப் பகுதியில் பதக்கங்களுக்கு மேலாக பல் நிறக்கோடுகளுடைய மூன்று பட்டைகள். விறைப்புத் தோரணையான தலை. மீசைக்குள்ளிருந்து மழலைத்தனமாய் வந்தது ஆங்கிலம். கெட்டித்த வன்தாடை முகத்தோடு பேச்சுக் குழைவு இணங்காத சேர்க்கை. மித்திரனின் அவசரமான கேள்விகளுக்கெல்லாம், சிக்கனமாகப் பதிலிறுத்தார். அவன் கேமராவை எடுத்துக் குறிப்பார்க்கையில் வேண்டாம் என மறுத்தது சைகை.

''... இதுவரையில் இப்படியொன்று நடந்ததில்லை. மிகக் கொடூரம். குற்றுயிரும் குலையுயிருமாக மூன்று பேரை மட்டுமே இதுவரையில் கண்டுபிடித்தோம். ராணுவ மருத்துவமனைக்கு எடுத்துவரும் வழியிலேயே மூன்று பேரும் இறந்தார்கள். மற்றவையெல்லாம் பெயர் தெரியாத சடலங்கள்தான். மீட்புப் பணிக்கு ஆட்கள் போதவில்லையென்று தகவல் அனுப்பியிருக்கிறோம்.

நீங்கள் ஸ்தலத்தில் பார்ப்பீர்கள். அங்குள்ள மலை ஜாதியினர்தான் மண் சரிவுக்குள்ளிருந்து உடல்களைவெளியே எடுக்க எங்கள் ஆட்களுக்கு உதவுகிறார்கள். இது ராணுவ முகாம் இருக்கும் பகுதியில் நடந்திருப்பதால் எங்களுடைய வீரர்கள், மருத்துவர்கள், செவிலியர் எல்லோரும் அங்கேதான் இருக்கிறார்கள்'' சற்றுத் தொலைவிலிருந்த கேண்டீனிலிருந்து பாதியளவிற்கு உணவு நிறைந்த தட்டுடன் வந்த படை வீரன் ஒருவன் பக்கத்து சிலுவை மரத்தின் அடியில்உணவைக் கொட்டிவிட்டுச் செல்வது அதிகாரியின் முதுகுக்குப்பின் இருந்த ஜன்னலில் தெரிந்தது. ''இங்கே தொலைபேசி இருக்கிறதா?''

வெளியில் நின்றிருந்தவனோடு அதிகாரி அனுப்பி வைத்தார். இரண்டு கட்டடங்களுக்குப் பிறகு இருந்த பிரத்யேக அலுவல் கூடத்தில் இருந்தது தொலைபேசி. அருகிலேயே ராணுவ வீரர்களின் பிள்ளைகளுக்கான

பள்ளி இருக்க வேண்டும். ஏதோ ஒரு இந்தி மொழிப் பாடலின் வரிகளை கூட்டுக்குரல் முறுக்கி கட்டிடப் பிரதேசத்தைச் சுற்றிக் கட்டியது.

மருத்துவமனை வரவேற்பறையிலிருந்து டாக்டர் ரமணனோடு இணைக்கப்பட்டபோது, மித்திரன் பதட்டப் பெருக்கோடு பேசினான். ''வனிதா எப்படியிருக்கிறாள்.''

''நன்றாக இருக்கிறாள், மிக நன்றாக. பேற்றிற்கான பூர்வாங்க அறிகுறிகள் எதுவும் தொடங்காதது ஆச்சரியமளிக்கிறது. எப்படியும் மிக விரைவில்... நான் எதிர்பார்க்கிறேன். நான் கணித்த நாள் முடிந்து பதினாறு மணிநேரம் கடந்திருக்கிறது. சில சமயம் கணிப்பு கொஞ்சம் பிசகுவது ஒன்றும் முக்கியமானதல்ல.'' தாழ்ந்ததொனியில் கேட்டார் ரமணன். ''நீ அவளிடம் தெரிவித்தாயா?''

''இல்லை. நான் ஒன்றும் அவளிடம் சொல்லவில்லை. பிறக்கும் போது அவளே தெரிந்துகொள்வாள். அவளுக்கு ஒன்றும் ஆகாது...''

''அவளுக்கு ஒன்றும் ஆகாதென்று எனக்குத் தெரியும். ஏனெனில் அவள் என்னுடைய வைத்திய சகாயத்தின் கீழ் இருக்கிறாள். அதல்ல பிரச்சினை. நான் சொல்ல வந்தது என்னவென்றால்... வனிதா மிகவும் தெளிவுடன் இருக்கிறாள். சற்று முன்னர்தான் அவளைப் பார்த்துவிட்டு வந்தேன். நல்லபடியாக கிரகித்துக்கொள்வாள் என்று நம்புகிறேன். கொஞ்ச நேரம் அழுதுகொண்டிருந்து, பிறகு சமாதானமாகிவிடுவாள். அதிகபட்சம் இப்படித்தான் நடக்கும். சொல்வதைக் கேள் மித்திரா, மிகவும் சுலபமாக நான் அவளுக்குப் புரியவைத்துவிடுவேன். வாய்ப் பான நேரம் இது. சொல்லாவிட்டால் அது துரோகம். எனது தொழில் தர்மத்தையும் கொஞ்சம் மதிக்க வேண்டும் நீ...''

''இதுவரையில் நான் அவளிடம் மறைத்தேன் என்பது அவளுக்குத் தெரியவருவதுதான் பெரிய் இடையூறுகளடங்கிய துரோகம்...''

''முட்டாள் மித்திரா, இது அவளுக்குத் தலைப் பிரசவம். எல்லையற்ற கற்பனைகளோடும் நம்பிக்கைகளோடும் அவள்...'' பாதியிலேயே வற்புறுத்தலை நெறித்துவிட்டு மித்திரன் வெளியே வந்தான்.

விபத்து நடந்த இடத்திற்குச் செல்லுகின்ற வழியில் எதிரே ராணுவ ஆம்புலன்ஸ் வருவதைப் பார்த்து மலைச் சாலையின் ஓரத்திற்கு 'பைக்'கை ஒதுக்கினான். பிரேதங்களை ஏற்றி வருவதாயிருக்கும் அது.

மலையிலிருந்து பெருமளவிற்கு சரிந்து வீழ்ந்து ரயிலின் மூன்று பெட்டிகளை முற்றும் மூடியிருந்தன மண்ணும் - பெரும் பாறைகளும். பாறைகள் மோதிய பெட்டிகள் தாறுமாறாகச் சிதைந்து கவிழ்ந்து கிடந்தன பக்கவாட்டில். மலையோட்டத்திற்கெனவே மரத்தினால் தயாரிக்கப்பட்ட உல்லாச ரயில். இருபது முப்பது மலைவாசிகள் - பெண் ணும் ஆணுமாக சரிவு மண்ணை கூடைகளைக் கொண்டு அப்புறப்

படுத்தியபடி இருந்தனர். பெட்டிகளை மூடியிருந்த மண்ணின் கால் பகுதி கூட இன்னும் அகற்றப்படவில்லை.

ரயில் பெட்டிக்குள் இருந்த இருப்பிலேயே புதையுண்டிருந்தன உயிர்கள். இயற்கையின் யௌவனப் பசுமையின்மீது திடீரென்று தன் ஆகிருதியை நாட்டியிருந்தது மரணம். மித்திரனின் போதமண்டலத்தை விறைத்துச்சில்லிடவைத்தது சாவு. அதன் அசைவு ரீதிகளுக்கு சாட்சியாக இருந்த பல நூறு மஞ்சள் பூக்களின் நடுக்கத்தில் மலர்களுக்கல்லாத வேறு சுபாவம். தொலைதூரம் செழித்து விரிந்த புல்வெளி. அதிவினோத மர வடிவங்கள். மரணம் காரியம் முடித்துப் போகும்போது மலைமுகடு களில் சிக்கிக் கிழிந்து விழுந்த அதன் நச்சுடுப்புத் துண்டென பள்ளத் தாக்கின் அடியில் நீலப்படர்வு. தன் அவயங்களின் வனப்பைக் காட்டிச் சபலமேறச் செய்து பயணிகளைப் பாதி உயரத்திற்கு அழைத்து முடிவிடம் ஒப்புக் கொடுத்த மலை எந்தக் கருத்துமின்றி நீண்டிருந்தது மேலே.

மித்திரன் பணியிலிறங்கினான். மண்வெட்டி அப்புறப்படுத்துவதை சற்றுத் தொலைவிலிருந்து சில புகைப்படங்கள் எடுத்தபிறகு, கவிழ்ந்த ரயில் பெட்டிகளை நெருங்கினான். நசுங்கல்களுக்குள்ளிருந்து மனித உறுப்புகளையும் - சிலபோது உயிரற்ற முழு உடல்களையும் ராணுவக் காரர்கள் சேகரித்து வரிசைக்கிரமமாக தரையில் வைத்தார்கள். ஜீவ வேட்கையின் பலகீனச் சிமிட்டல் களைதேடிப் பரிசோதித்தார் மருத்து வர். வலது பக்க விலாவில் தைத்த இரும்புக் கம்பி வயிற்றைத் துளைத்து வெளிவந்த நிலையில் இறந்த பெண். முகத்திற்குப் பதில் குளிரில் உறைந்த ரத்தக் கோளமுடைய இன்னொருத்தி. ஒரு மரத்துண்டு கீழ்த் தாடை வழியே உள்ளேறி முகத்திலும் தொண்டைப் பிளவிலும் ரத்தம் ஒழுகிய வயோதிகன். வெவ்வேறான விதங்களில் வெவ்வேறான உண்ச்சிகளுடன் இருந்த எல்லாமும் மித்திரனின் கேமராவிற்கு அவசியமாயிருந்தன.

கடைசியாக அதிகாரிகளிடம் இருந்து சில அபிப்பிராயங்களைப் பதிவு செய்து புறப்படும்போது அந்த உடல், யதேச்சையாகப்போல தட்டிப் பறித்தது அவன் பார்வையை. விபத்தில் எறியப்பட்ட தனித்துக் கவிழ்ந்து கிடந்த பெண் குழந்தையுடையது. ஈரமண் மேவி உடை உடலோடு ஒட்டியிருந்தது. குப்புறப் பதிந்திருந்த முகத்தின் பின் பாகத்தில் குட்டியான சடைப் பின்னல் - விளிம்புகளில் வெண்மணிகள் அலங்கரித்த பட்டு ரிப்பனால் நேர்த்தியாக முடிச்சிடப்பட்டிருந்தது.

மண்டியிட்டுத் தாழக் குனிந்து மித்திரன் அழுத்தமாக மூடித் தெரிந்த ஒரு பக்கக் கண்ணைப் பார்த்தான். இமையில் ஒட்டியிருந்த புல்லிதழ்த் தும்பை சுண்டுவிரலால் நீக்கினான். உயிர் தீர்ந்த ஆசுவாசத்தில் நேருக்கு நேராக புவியோடு ஒன்றியிருந்த குழந்தையின்மீது மீட்பாளர்களின் பார்வை படவில்லை. நீளவடுப்போல மண்பாசி படிந்திருந்த கரத்தில் குழந்தை எதையோ பற்றியிருந்து விடாமல். அது விரல்களின் இறுக்கத்தி

னூடாக வீசிய பளபளப்புத் துடிப்புகளில் சிரத்தை குவிந்தது. குழந்தை விரல்களின் பிடியிலிருந்து மெல்லென அதை விடுவித்தான். ஒரு அங்குல நீளமுடைய பிரிக்கப்படாத சாக்லேட். அவன் விரல்களின் தொடுதல் - சாக்லேட் உறை மீதிருந்த வானவில்லின் நிறவரிகளுக்கு கூடுதல் ஒளிர்வுண்டாக்கியது. மனோகர நிறஜாலத்தின் ஈர்ப்பினால் அதைத் திருப்பித் திருப்பிப் பார்த்தான். வானவில் கட்டமைப்பிலிருந்த அடுக்கு நிறங்களுக்கு மாயா இந்திரியங்களுண்டாகி மோகந் தூண்டின. உள்ளங்கையில் அசைந்த சாக்லேட்டின்மீது ஒன்றிரண்டு தடவை சூரியனின் பிரதிமுகம் ஆசையோடு ஒற்றிப் புரண்டது. நிறச் சேர்க்கையின் -குணத்தில் தழைக்கும் அபூர்வப்பொலிவு. எச்சரிக்கையோடு சுற்றிலும் கண்காணித்த மித்தி ரன் அதை பத்திரப்படுத்தினான். வேறு பத்திரிகைகளிலிருந்து வந்து சேர்ந்த அறிமுகமான சகாக்களோடு சுமுகமாய் சொற்ப பேச்சாடல்.

அவனது சகல பகுதிகளிலும் ஒரே நேரத்தில் வீசப்பட்ட குறுங்கோடரிகளாகப் பாய்ந்தது வனிதாவின் நினைவு. முடுக்கப்பட்ட வாகன விரைவோடு சமரசப்பாடாமல் குளிரால் எதிர்த்தது காற்று. கொஞ்சமே நின்று நிதானித்த மாலைப் பொழுது. இருளுறையைப் போவதற்குமுன் தங்கள் ஆபரணங்களை வெளிச்சத்திடம் கழற்றிக் கொடுத்துக்கொண்டிருக்கும் மரங்கள். குன்று மடிகளில் ஒடுங்கிய மஞ்சுப் படலம். சுழன்று சிக்குண்டு காதருகில் துச்சம் தொனிக்கும் ஒலி முத்திரைகளாக சன்னமாக வெடிக்கும் காற்றின் பேச்சு. விரைவு. திருப்பங்களில் பொறுமை காக்க வேண்டியிருந்த எரிச்சல்.

குப்பென்று உடல் வியர்த்தது. புறச்சில்லிப்பிற்குப் பொருத்தமற்றுக் கிளம்பியது உட்கனல். தீவிரக் காய்ச்சலின் பொங்குதல் போலக் கொதித்த வெப்பத்தின் ஊசிகள் எலும்புகளைத் துளைத்துக் கோர்த்தன. தனக்குள் நடைபெறும் மாற்றத்தை அவதானிக்க முயற்சிக்கையிலேயே பலவந்தமாய்க் கட்டியணைத்துக்கொண்ட சோர்வைப் பிரித்துவிட, மித்திரன் வாகனத்திற்கு உச்சவேகம் கொடுத்தான். தீப்பிழம்பை விழுங்கியதாக - முன் அறிந்திராத தகிப்பு. சிறு பூச்சிகள் வாகன ஒளியினூடே பறந்து வந்து விழுந்தன. இருளோடு இணைந்திருந்த பனி, மூக்கில் செவிகளில் அதிகமதிகம் உஷ்ணத்தைத் திணித்தது. கைகளும், கால்களும் மெதுவாக சுரணையிழந்து கொண்டிருப்பதான கற்பித பீதியில் கொஞ்சம் கதி பிறழ்ந்த வண்டியை மித்திரன் சிரமத்துடன் சரிப்படுத்தினான். தொடர்ந்து செலுத்துகின்ற சக்தி எதனாலும் பிடுங்கப்படாமலிருக்க கைப்பிடிப்புகளில் இறுகியது உறுதி.

நெற்றியிலிருந்து ஒழுகிய வியர்வை கண்களில் இறங்கிச் சுட்டது. எதிர்க்காற்று வியர்வையை உலர வைக்க முடியாமல் சில துளிகளைப் பறித்து வீசியது. உள்ளே சூடு, பதறப்பதற உருவேற்றுகின்ற ஒன்று கனிந்து வரும்போது உடல் வெடித்துவிடக்கூடும் என்று எண்ணினான் மித்திரன். இதயத்தின் விளிம்புகள் மடங்கி சுருள்கின்ற பிரமையோடு

வலி மோதியது.

மூக்குத் துளைகளை எரித்துவிடுவதுபோல் வந்த சுவாசம் இடுங்குவதி லேற்பட்ட திணறல், மரண நிழலின் ஒரு பகுதியைத் தெளிவாக்கியது. விபத்து நடந்த இடத்தில் வெகுநேரம் பிணங்களைப் பார்த்துக்கொண்டி ருந்ததால் ஏற்பட்ட மனச்சிக்கலாயிருக்கும் இது. வேறொன்றுமில்லை. டாக்டர் ரமணனைப் பார்த்தால் எல்லாம் சரியாகிவிடும். ஒரு மாத்திரை யில் அல்லது கொஞ்சம் ஓய்வில் குணமாகக் கூடிய அற்ப விஷயமாகவும் இருக்கும். வாகனத்தின் இருக்கையை விட்டுத் தூக்கி வீசக்கூடிய வலு வோடு முதுகின் கீழ்ப்பகுதியிலிருந்து பிடரிவரை ஓடிய வலி மின்னல் அற்பமானதாக இல்லை. ஒரு கையால் தலையைத் தடவிப் பார்த்தான். தலைமுடிகள் கருகாமல் அப்படியே இருந்தன. திராவக நமைச்சலோடு வழிகின்ற வியர்வையை நாவால் தொட்ட போது உப்புச் சுவையில்லை அதில். முற்றிலும் கலைந்து போனதாகவும் இன்னும் கட்டுப்பாட்டில் இருப்பதாகவும் தோன்றின முனைப்பின் கூறுகள். ஒவ்வொரு மரத்தைக் கடக்கிறபோதும் அதிலிருந்து ஏதாவது தன்மீது குதித்து சின்னாபின்ன மாக்கப் போவதை எதிர்பார்த்தான். சூட்டால் இழுத்துக் கட்டப்பட்ட தோல்மீது ஒரு இலைச்சருகேகூட விழுவது போதுமானதாயிருந்தது முற்றும் பொசுங்குவதற்கு.

மித்திரன் வெந்துகொண்டிருந்தான். வீழ்ந்துவிடாத அளவிற்கு, பிரயாசைப்பட்டுத் திறன்பிடித்து வைத்திருந்தான். பஸ்பமாகித் தணிந்து கரைவதற்கான துவக்க லட்சணமாய் உடல் தழலுக்குள் துவண்டது.

டாக்டர் ரமணன் மருத்துவமனையில் இல்லை. யாரோ வந்து அவசரமாக அழைத்துப் போயிருப்பதாகக் காரியதரிசி கூறினார். முன் கூடத்தின் ஆசனங்களில் நோயாளிகள் அமர்ந்து சஞ்சிகைகளோடும் - தொலைக்காட்சி நிகழ்ச்சியோடும் அசிரத்தையாகக் காத்திருந்தனர். வனிதாவின் அறையில் இருந்து யாருக்கோ கடிதம் எழுதிக்கொண்டிருந்த செவிலி - மித்திரனைக் கண்டதும் எழுந்து வெளியே வந்தாள்.

தலைக்கு உட்புறம் வலியின் இறுமாப்பு நிலைத்திருந்தது. எரிச்சலுற்ற கண்களைக்கொண்டு பார்த்தவற்றில் எல்லாம் வெப்பம் மெருகிட்டி ருந்து. வனிதாவின் உறக்கம் கலைந்துவிடக்கூடாது. வனிதா இவனைத் தொட்டால் அவளுக்குள்ளும் பாய்ந்து ஆக்கினை புரியக் காத்திருக்கிறது உஷ்ணம். அத்தனை நரம்புகளும் சொடுக்கி நெகிழ்த்தப்பட்ட ஆயாசத் தோடு நாற்காலியில் அமர்ந்தான். அலுவலகம் அவன் தரப்போகின்ற செய்திகளுக்காகவும் புகைப்படங்களுக்காகவும் காத்திருக்கிறது. அதிக முயற்சியுடன் நிமிர்ந்து உட்கார்ந்தான் மித்திரன். எழுதியிருந்த குறிப்பு களை ஒரு தடவை சரிபார்க்க வேண்டி சட்டைப் பைக்குள்ளிருந்து சிறிய குறிப்பு நோட்டை எடுத்து மேசையில் வைத்தான். குறிப்பு நோட்டின் கூடவே ஒட்டி வந்த சாக்லெட் நழுவி நாற்காலிக் கால்களின் அருகில் விழுந்தது அவனறியாமல்.

அகாரணப் பெருவெளியில் நின்றிருந்த பரோபகாரம் அவனில் கவிந்தது. உகந்து நலம் பெறுவதாயிற்று உடலின் முறிந்த கணுக்கள். சிடுக்கற்றுத் தெளிந்தது சிந்தனை. இழந்த திறனை மீட்ட தேகம், உற்சாகம் புனைந்தது. எதையும் உணரவோ ஆலோசிக்கவோ ஏதுவாக அமையாத சந்தர்ப்பம் அவசரத்தை மட்டுமே உபதேசித்தது. மித்திரன் அலுவலகத்திற்கு விரைந்த பின்னும் சுடர்போல தரையில் கிடந்தது சாக்லெட்.

முலையுதவி கேட்டு நெஞ்சினிடையில் அங்குமிங்கும் அதரங்கள் பொருத்துகின்ற சிசு நிமிண்டல் கூச்சத்தில் மலர்ந்தன கண்கள். ஆதரவுப் போக்கில் பார்வை அலைந்தது. எதையும் நிவர்த்திக்கின்ற சீலத்தின் பாகம் போலிருந்தாள் வனிதா. கையூன்றி எழுந்து சுவரோரமாகச் சாய்ந்து உட்கார்ந்தாள். தன்னைத்தான் அகழ்ந்து உயிர் மதுரம் நிரப்பிய மார்புகள், உள்ளே குமிழ்கள் இறுகியுடையும் சலனமறிந்தன. கூந்தலை சேர்த்துப் பிடித்து அலட்சியமாக ஒரு முடியிட்டுக்கொண்டாள்.

கண்ணுக்குத் தெரியாத தேவதைகள் அவளுக்காக ஓயாமல் வினையாற்றிக் கொண்டிருக்கிறார்கள். ஈடன் தோட்டத்து வளத்தையும், ஆழ்கடலின் மௌன வெளியிலிருந்து கொண்டுவந்த கனத்த அமைதியையும் நறுமண மூலிகையோடு குழைத்துப் பூச்கிகொண்டேயிருக்கிறார்கள். ஆரவாரிக்கிறது அழகு. சுற்றித் திரையிட்டிருக்கிறது மெல்லிய சுகந்தம். தரையில் மின்னுவது ஒரு பூச்சியாக இருக்க வேண்டும் என்று தோன்றியது. வனிதா ஆர்வத்துடன் உற்றுப் பார்த்தாள். அது பூச்சியாகவும் தெரியவில்லை. கட்டிலில் இருந்து இறங்கிச் சென்று கையிலெடுக்கும்போது தெள்ளத் தெளிவாக தன்னை விளக்கிக்கொண்டது சாக்லெட்.

அதன் நிறக் கவர்ச்சியில் பட்ட விரல்களிலிருந்து லாகிரி ஊறியது. சன்னமாக நடுங்கியது அந்த அறை. நடுக்கத்தின் பலம் பெருகி அறை ஆடத் தொடங்கியது. ஆட்டம் சரேலென ஒரு கதியை நிர்ணயித்து வேகம் சீரடைந்தது. ரயிலின் தாலாட்டுலயம். ரயிலின் ஓசையும் ஆட்டத்தோடு கூடியது. செல்லும் திசைக்கு எதிரே உயர்ந்து படபடத்தன ஜன்னல் திரைச் சீலைகள். அறைப் பொருளைப் பீடித்தது ரயிலசைவு. காற்று கலைத்து எடுத்து வந்த இயங்கு சப்தம். வனிதா ஆட்டத்திற்கிசைவாக நின்று சாக்லெட்டின் உறையை நீக்கினாள். உறையிலிருந்த அதே வர்ணக் கோடுகளுடன், மிருது மணம் கிளர்த்தியது சாக்லேட்.

குகையில் நுழையும்போது ஒளியுமிழ்ந்தன ரயில் விளக்குகள். உரத்த பேச்சும், சிரிப்புகளும் யாத்ரீகர்களிடம் விழாக் கொண்டாட்டமாய் அளாவின. எல்லோரும் ஒருவருக்கொருவர் நன்கு அறிமுகப்பட்டிருந்தனர் வனிதாவைத் தவிர. வனிதாவை யாருக்கும் தெரியவில்லை. அவளுக்கும் அங்கிருப்போரில் யாரும் தெரிந்தவர்களில்லை. தனியாக ஜன்னால் ஓர இருக்கையிலமர்ந்து வெளியே பார்ப்பதும் உள்ளே நடக்கின்ற விளையாட்டுக் கும்மாளங்களை ரசிப்பதுவுமாயிருந்தாள். உல்லாசங் கொண்டவர்களுக்கு இடையே தான் மட்டும் தனித்து ஒதுங்கியிருப்பது

உறுத்தலாயிருந்தது. ஆனால், இந்த ரயிலில் அவள் பயணித்தே ஆக வேண்டிய நெருக்கடி. மிகவும் பசித்தது அவளுக்கு. வெகுநாட்களாகவே தேங்கியிருந்து பேதலித்த பசி. வனிதாக சாக்லேட்டை சுவைக்கத் தொடங்கினாள்.

சில நிமிடங்களுக்குப் பிறகு அவள் வீறிட்ட அலறல், மருத்துவ மனையிலிருந்த அனைவரது காதுகளிலும் சாடி அச்சமூட்டியது. நோயாளிகளது தனியறையில் பட்டெனத் துலங்கியது வெளிச்சம்.

கலங்கி ஓடிவந்த செவிலிகளில் ஒருத்தி, தன் அறையில் விழுந்து, கிடந்த வனிதாவைப் பார்த்து தொலைபேசியிடம் ஓடினாள். அதற்குள் ஒரு பயிற்சி மருத்துவர் வந்திருந்தார். வீட்டிலிருந்த டாக்டர் ரமணனிடம் தகவல் கொடுத்திருப்பதாகவும், அவர் உடனே புறப்பட்டு வருவதாகத் தெரிவித்ததாகவும் செவிலி சொன்னாள்.

வனிதாவின் அறை முகப்பில் சிறு கும்பல் பயிற்சி மருத்துவரிடம் விப்ரம் விசாரித்தது. அதில் ஒருவராயிருந்த வாட்ச்மேன் வெளியே அணைக்காமல் வைத்துவிட்டு வந்து சிகரெட்டிடம் திரும்பினார். அலற லின் ஓங்காரம் நீர்க்கவில்லை யாருக்கும். டாக்டரை எதிர்பார்த்தார்கள். வனிதா தீவிர சிகிச்சைப் பிரிவுக்கு எடுத்துச் செல்லப்பட்டிருந்தாள். பாதி விழிகள் திறந்து அணக்கமற்றுப் படுத்திருந்தாள். அவ்வப்போது உதடுகளில் மென்நெளிவுக் கொடியோடியது.

ரயில் சிறு நிலையமொன்றில் நின்றதும் ஆட்கள் கீழே குதித்தார்கள். மலைக் காட்சியை, புல்வெளியை, மலர்களை, அந்த ரயிலை கண்ணில் பட்டதையெல்லாம் புகைப்படமெடுத்தார்கள். இயற்கைப் பின்னணி யில் புகைப்படங்களுக்குப் போஸ் கொடுத்தவர்களின் முகத்தில் பிரவகித்தது குதூகலம். குளிர் பானங்கள் வாங்கி அடுத்தவர் மீதில் தவறி யதைப்போல சிந்திக் களித்தார்கள். ரயிலில் உட்கார்ந்து வாஞ்சையுடன் கண்ணுற்றிருந்தாள் வனிதா. நேசபாவத்தின் சிறு துணுக்கைத் தரவும் யாரும் முன்வரவில்லை. அவள் இருப்பைப் பொருட்படுத்துவதுகூட நிறைவாக அமையும். ரயிலோடு சேர்ந்திருந்த ஒரு உபகரணமாக விசேடமற்றிருந்தாள்.

ரயில் மெதுவாகக் கிளம்பியது. படபடவென்று தொற்றி ஏறினார்கள். ரயில் ஓடும்வரை காத்திருந்த ஒருவன் - ஓடிச் சென்று ஓரத்தில் பூத்திருந்த மலர்களில் ஒன்றைப் பறித்து விரைந்து வந்தான். படியோரத்தில் நின்றிருந்தவர்களின் கைகள் அவனை ரயிலில் ஏற்றிவிடுவதற்கு ஒருமுகமாக நீண்டன.

அவன் ஏறியதும் ஒருவருக்கொருவர் ஏவிய சிரிப்பு, யோகபலனாய் ரயில் பெட்டிகளில் பேணியது உன்மத்தப் பெருமகிழ்வை. கைகுலுக்கிக் கொண்டார்கள். அவன் கொண்டுவந்திருந்த பூ எஞ்சிய நிலவறைப் பெட்டகங்களையும் திறந்துவிட்டது. கட்டுப்பாடற்ற ஊதாரித்தனமாய்

சிரிப்பு செலவழிந்தது. ஒருவன் பாடத் தொடங்கினான். அவனது பாட்டில் இணைந்தன அனேகக் குரல்கள். சில வரிகளே பாடியானதும் இனி பொறுப்பதற்கில்லையென குபீரென்று உயர்ந்த சிரிப்பலைகளின் நடுவே வனிதா தத்தளித்தாள். சட்டைகளையும், கடிகாரங்களையும், முகக் கண்ணாடிகளையும் மாற்றிக் கொண்ட ஆண்கள், ஒரு பெண் தன் பையிலிருந்த எடுத்துப் பரப்பிய பொருட்களைப் பார்த்து ஆச்சரியப்பட்டுக் கூவினார்கள். கூவலில் உச்ச மதிப்பையடைந்தன அந்த சாதாரணப் பொருட்கள்.

நொடியேனும் இருக்கையில் அமர முடியவில்லை அவர்களால். ரயில் பெட்டிக்குள் பரபரத்தார்கள். சீழ்க்கையொலி அமர்க்களம். கடந்த நிலையத்தில் ரயில் நின்றபோது பறித்த பூ கைகளிடம் தங்கித் தங்கிச் சுழன்றது. பலகைகளைத் தட்டித் தருவித்த தாளம் நடனத்திற்கு உசுப்பியது.

ரயில் நின்றது. ரயிலோடு அத்தனை மகிழ்ச்சி முழக்கங்களும் நின்றன. மகோன்னத போதை தெளிந்தது. அவர்கள் திரும்பி வனிதாவைப் பார்த்தார்கள். அனைவர் மீதிலும் புள்ளிவைத்து வேகமாகத் தன் கோலத்தால் இணைத்தது துயரம். வனிதா எழுந்தாள். இது அவள் இறங்க வேண்டிய இடம். அவர்களுக்கும் தெரிந்திருந்தது. அவள் ரயிலை விட்டுக் கீழே இறங்கி அவர்களைப் பார்த்தாள். இன்பம் பொடிந்த முகங்கள் அவளைக் கூர்ந்தன. அவள் இருந்ததனாலேயே ஆனந்தித்தவர்கள் - அவள் இறங்கியதும் வற்றியதைப்போல ஏக்கத்துடன் ஜன்னல்களிலும் நுழைவாயிலிலும் குழுமியிருந்தனர். ஒரு முறையான விடைபெறுதலுக்காகக் காத்திருந்தாள் வனிதா. அவள் நின்ற இடத்திலிருந்து எல்லோரையும் பார்க்க முடிந்தது. அவர்களில் யாராவது ஒருவர் ஒரு வார்த்தையைத் தந்து வழியனுப்புவார்... அவள் எதிர்பார்த்தாள். பற்றுதலுடன் அவளிடம் நிலைகுத்திய விழிகளிடமிருந்து அவளுக்கு வரவேண்டியிருந்தது ஒரு புன்னகை. அவள் நம்பி நின்று கொண்டிரு் தாள். ரயில் கூவியது. சில நொடிகளில் அது புறப்பட்டுவிடும். அவள் மிகுந்த திடத்துடன் நின்றிருந்தாள்.

அதிர்ச்சிப் படுகுழியிலிருந்து மேலேறி வரப் பற்றிய ஒவ்வொரு பிடியும் வழுக்கி, மீண்டும் மீண்டும் சரிந்தார் டாக்டர் ரமணன். நம்ப முடியவில்லை. மனப் பிறழ்வு ஆட்கொண்டுவிடும்போல் இருந்தது. மிகைப்பட்டது ரத்த அழுத்தம். பொய்யாகவோ கனவாகவோ கலைந்து போக வகையின்றி கண்முன்னே நிஜ ரூபம். தொட்டுத் தடவி நிஜம்தான் என்று தமக்குத் தாமே பல தடவைகள் நிச்சயப்படுத்தினார். மூச்சும் நிதானமும் திணறின. அவரது திடீர் பதற்றம் துணை மருத்துவர்களுக்கு வித்தியாசமாயிருந்தது. மூக்கையும், வாயையும் சுற்றிக் கட்டியிருந்த துணியை அவிழ்த்தார். எந்தக் குறையுமில்லாமல் வெளிரிளஞ் சிவப்புடனிருந்த அந்தப் பெண் சிசுவின் விரல்களில் முத்தம் வைத்தார். குழந்தையின் வலது உள்ளங்கையில் நீர் வர்ணத்தினால் வரைந்து அழித்துவிட்டதைப் போல மெலிதாக ஒரு வானவில் தடம் தெரிந்தது.

நாதம்

தனித்தொதுங்கியிருந்த அரவம் கேமராவின் ஷட்டர் ஒரு தடவை ஒளிக்கு வழிவிட்ட 'க்ளிக்'கிடலில் அமைதியான முகம் மறைத்துப் பிரிந்தது. பரமேஸ்வரன், கடலடியில் தலையைப் புதைத்து ஆயாசமாகக் கிடக்கிற கடற்பூதமாயிருந்தவர், திரும்பிப் பார்த்தார். வெயில் தன்னைத் தானே இரைத்துக் கானலலையாய்க் கிளறுகிற கருங்கல் பிரகாரத்தில் மல்லாந்து படுத்து - தன் தப்புச் சித்திரத்தை யாரும் காண்பதற்கு முன் அழிக்க எச்சில் துப்பித் தேய்க்கிற குழந்தைக் காரியமாய் வெயில் வார்த்த வியர்வையோடு ரமணன் இன்னொரு புகைப்படத்தை எடுத்திருந்தான். பிரகாரம் முதுகில் பொறித்த சூட்டுப் பிரகடனத்தை கோணப் பரிசீலனையாக - பிரகாசத் தன்மையாக மாற்றிச் செலுத்தி மற்றொருமுறை கோபுரப் பதிவு.

சிரசாசனத் தலையின் கீழே சற்று பரவியிருக்கிற கேசமாக பெருமதிலின் ஓர நிழல் பட்டை. சாய்ந்து உட்கார்ந்திருந்தார் பரமேஸ்வரன். ஆகாசத்திற்கும் பூமிக்குமிடையில் வெயிலைக்கொண்டு சிருஷ்டித்து விட்ட ராட்சச மீனின் உள்ளுறை மர்மம் புரிய - மூளைக்குக் கொதிப்பூட்ட - கற்பனைத் தீக்குச்சிகளை உரசி உரசி ஒன்றும் பற்றிக் கொள்ளாமல் - பின்வாங்கும் கௌரவக் காரணம் தேடவும் மாறாட்டமாயிருந்தது. மீனின் தலையைப் பற்றிக் கவலையில்லை. அது வானத்தில், அதிகமான கற்பனைப் புத்தாக்கத்தைக் கேட்டுத் துன்புறுத்தாதபடி மறைந்திருக்கிறது. தலை சூரியனுக்குப் பக்கத்தில் இருக்கலாம். தலையே சூரியன். கீழே இருவசத்தும் செதில்கள் - சோம்பலாகத் திறந்து மூடும் அந்தகாரச் சுவாசம். செதில்கள் திறக்கும்போது தெரியும் இருட்டு அப்படியிருக்கக் கூடாது. அது வழி. அதற்குள்ளாகத்தான் முழுமையைத் திணிக்க வேண்டும். ஒவ்வொரு பகுதிக்கும் விகாசம் விளைகிற தீவிர வித்துக்களை ஊன்ற வேண்டும். அது சிலிர்த்து உடலைச் சுழற்றி ஒரு கம்பீர சலனம் கொள்வதை தரிசிக்க வேண்டும். அப்போது சந்தோஷப்பட்டுக் கொள்ளலாம்.

ஒரு கட்டத்தில் பரமேஸ்வரனின் இரண்டு கைகளும் கனமான வஸ்து ஒன்றைத் தாங்கத் தயாராவதுபோல உயர்ந்தன இடையளவிற்கு. பரஸ்பரம் ஒத்திசைவோடு நுட்ப அசைவுகளாக சில பாவனைகள் சமைத்தன. அவரின் உதடுகள் இறுகின. மிகவும் இடுங்கி ஆழ்ந்த கவனத்துடன் எதையோ நோக்கின கண்கள். குலுக்கக் கரம் கொடுக்கவில்லை திருப்தி. ஒரு புள்ளிப் பகுதியின் அடித்தன்மையைக் கூட காட்டிவிடாமல் அந்தரத்தில் நின்றது மீன், ஆகாசத்துக்கும் பூமிக்குமாக.

முயற்சியிற் பிரிந்த களைப்புப் படிகளில் தடுமாறி இறங்கிக்

கொண்டிருந்தார், பரமேஸ்வரன். ஆதங்கப் பிரயாசையுடன் - ஒத்துக் கொள்ளாமல் திமிறிப் பார்த்து அடங்கிப் போக வேண்டியிருந்தது.

ரமணன் கேமராவைக் கழுத்தில் தொங்கவிட்டு கிட்பேக்குடன் அவரை நெருங்கினான். பேக்கை அவரருகில் வைத்து அதன்மேல் கேமராவை இருத்தினான். ''ஸார்'' கைக்குட்டையால் முகம், பிடரி, நெஞ்சின் மேல்புறம் அழுந்தத் துடைத்து அழைத்தான். பரமேஸ்வரன் மெலிதாகத் தலையசைத்துவிட்டு மெத்தனமாகத் திரும்பினார். ரமணனின் முகமே - உடலே தப்புச் சித்திரமென வெயில் துப்பி அழித்துப் பிடிவாதங் காட்டியது. அதிலொரு சின்ன சௌகர்யத்தைச் சொந்தமாக்கி னார் பரமேஸ்வரன். இதோ ரமணனின் முகத்தில் - ராட்சஸ மீனின் வால் பகுதித் துடுப்பின் - நட்சத்திர எண்ணிக்கையில் திகைந்த அதன் கற்றை களின் - ஓரிழையின் ஓரளவு வெப்பத்தை உந்தி வீசியெறிந்ததின் தடமிருந் தது. சற்று ஓய்வாகத் தன்னைத் தளர்த்த விரும்பினார். ஹாஸ்யமாகப் பேச நினைத்து ''என்ன'' என்றார். ''நீங்கள் எதைப் பற்றி யோசித்துக் கொண்டி ருக்கிறீர்கள்?'' வயிற்றின் கீழ் கைவைத்து 'இன்' செய்திருந்த சட்டையை வெளியெடுத்துச் சுருக்கங்களை நீவினார். ''யோசனையைப் பற்றிய யோசனைதான்'' தேவையறிந்த அவரின் ஹாஸ்ய உணர்ச்சி தன்னை வறளச் செய்து வெற்று வார்த்தைகளைக் கொடுத்தது. புன்னகையென்று ஒரு மெல்லிய பேதமையை முகத்தில் வருவித்து - ''இந்தப் பிரகாரத்தைப் - படம் எடுக்கிறேன் என்று உருண்டு தேய்த்துவிடுவாய் என்று நினைக்கிறேன்.''

சற்றுநேரம் அப்படியே நின்றால் பாதங்களை ஊடுருவலா மென்றிருந் தது தரை வெப்பம். 'எல்லாம் உங்களுக்காக. நல்ல படங்கள் எடுத்துக் கொடுக்க வேண்டாமா?'' தூரத்தில் மண்டப நிழலில் - நாட்டியம் பயிலும் சிறுமிகளைப் பார்த்து தாடையை வருடிப் பேசினார். ''நீ உன் ஸ்டுடியோவில் எப்படி வருகிற ஆட்களுக்கேற்றவாறு சாதாரணமாகப் படம் எடுப்பாயோ அப்படி எடுத்தால்போதும். புகைப்படப் போட்டி எதிலும் கலந்துகொள்ளப் போவதில்லை நாம். சினிமாவில் வருகிற போட்டோகிராபர்போல நீ இந்தளவு சிரமப்பட்டு எடுக்க வேண்டிய தேவையே இல்லை. சாதாரணப் படங்களாக எடுத்தால்போதும். சும்மா ஒரு ரெபரன்ஸுக்காகத்தானே... ஓரளவு தெளிவான படங்கள்.'' பதிலாகச் சொல்ல ஒன்றுமில்லை. ஏற்கனவே ஒரு தடவை இதே கருத்தைத் தெரிவித்திருக்கிறார். அப்போது ஆலோசனையாக. இப்போது எரிச்சல். சுட்டிக்காட்டியதைப் படமெடுக்க வேண்டியதுதான் ஒத்துக் கொண்ட வேலையாக இருப்பினும் இந்தக் கோயிலில் நுழைந்ததிலி ருந்தே கலா ரூபங்களிடமிருந்து அவனைச் சூழ்ந்த மாயத் தூபத்தை பிரிந்தியங்குவதற்கு தொழில்ரீதியாக ஏற்கிற சிரமம் தோற்கிறது.

''ஸார்... நான் கோபுரத்தைப் படம் எடுத்துக்கொண்டிருந்தபோது நீங்களேதும் பாடினீர்களா?''

''யார் நானா?''

''ஆமாம். அடங்கிய குரலில் ராகம் இழுத்து ஏதாவது பாடினீர்களா?''

குரல் விசிறலில் கேள்வி தொந்தரவாயிருக்கிறதென்பதைத் தெரிவித்தார் பரமேஸ்வரன். ''இல்லை நான் பாடவில்லை.''

அவர்களிருந்த இடம் பிரமாண்டமான கோயில் பிரகாரத்தின் மேல் இடது மூலை. பிரகாரம் மௌன உபாசனையிலிருந்தது. எவரும் தென்படாத துலக்கம் வெளிறிய அச்சத்துடனிருந்தது. மண்டபத்தில் நடனம் கற்றுக் கொண்டிருந்த சிறுமிகளும் அவர்களைப் பயிற்று வித்தவரும் சென்றிருந்தனர். இருவரைத் தவிர அங்கே யாருமில்லை என்ற உண்மை - தரையின் கற்கோடுகளிலிருந்து, மதில் சுவர்ப் பாறை நுண்குழிகளிலிருந்து சாரம் உறிஞ்சிப் பெருத்த தனிமையாக எதிரும் புதிருமாகக் கொந்தளித்துச் சாடியது.

''நான் கேட்டேன் ஸார் அதை. கோபுரத்தின் உச்சியை போகஸ் செய்யும்போதுதான் ஆரம்பித்தது. ரொம்பவும் அழகான குரல். மென்மையாக ஒரே ராகத்தையே திரும்பத் திரும்பப் பாடிக்கொண்டிருந்தது. படமெடுப்பதை மறந்து சில நிமிடம் அதையே கேட்டபடி சூட்டில் படுத்திருந்தேன். நீங்கள்தான் இந்தச் சூழலில் மனம் லயித்து ஏதோ பாடுகிறீர்கள் என்று நினைத்தேன்.'' எரிச்சலுடன் கிண்டலாகப் பேசினார் பரமேஸ்வரன். ''இல்லை ரமணா - நான் பாடவில்லை, தவிர பாடுவதற்கு இங்கே யாருமே இல்லை.'' ரமணன் எழுந்து நின்று கைகளை இடுப்பில் வைத்து கோபுர உச்சியைப் பார்த்தான். பரவசத்தின் பளபளப்பு கூடியது கண்களில்.

''நிஜமாகவே நான் கேட்டேன். மிகவும் அற்புதமான குரல். குரலில் ஆழ்ந்து ஆழ்ந்து உள்ளே சென்றுகொண்டிருக்கலாம்போல. எனக்கு சங்கீதம் பற்றிய எதுவுந் தெரியாததால் சரியாக விவரிக்க முடியவில்லை.''

பரமேஸ்வரன் அவனைக் கண்டிப்புடனும் உத்தரவுப் பாங்குடனும் பார்த்தார்.

''நமக்குள்ளது இந்த ஒரு நாள்தான் ரமணா. இன்னும் ஏராளமான படங்கள் எடுத்தாக வேண்டும். கட்டுரை எழுதி முடித்து படங்களுடன் அனுப்புவதற்கு மூன்று நாட்கள்தான் மிச்சம்... அனாவசியமாகக் குழப்பாதே...'' அமர்ந்த இடத்தில் மடித்துப் போட்டிருந்த சால்வையை உதறியபடி நடக்கிறவரை ரமணன் சோர்வாகப் பின்தொடர்ந்தான்.

இரண்டாம் வாயில் வழியாக உட்பிரகாரத்தை அடைந்தார்கள். ரமணன் அங்கு நின்று திரும்பிப் பார்க்கும்போது முதலாம் பிரதான வாயிலும் - பக்கங்களின் கல் சிங்கங்களும் - நூற்றுக்கணக்கான சிறுமணிகள் பொருத்தப்பட்டு தொட்டால் கூச்சத்தில் சிணுங்கும் கதவுகளும் - அதற்கப்பால் இரு வரிசைகளிலும் பூஜைப் பொருட்கள் விற்கும்

கடைகளையுடைய வீதியும் - வீதியை மேல்கரையில் இரு பாதைகளாகப் பிரிக்கும் தெப்பக்குளமும் வாயிற் சட்டகத்தை அடைத்திருந்தன. பாடிக் கொண்டிருக்கிற எவரையுமே காண இயலவில்லை. விதானந்தாங்கி நின்ற தூண்களில் சிலவற்றின் கீழே துறவிகள் அமர்ந்து பேசிச் சிரித்தனர். ஒரு மூதாட்டி தன் முன்னால் குவிந்திருக்கும் பூக்களை மாலையாகத் தொடுத்துக்கொண்டிருந்தாள். கட்டி முடிந்த மாலைகள் சில ஒரே அளவினதாக அருகில் கிடந்தன. தொடுத்த அவள் விரல்களின் செயல் வேகத்தில் தடுக்கி நின்ற ரமணன், இடைவெளியை அதிகரித்துச் சென்ற பரமேஸ்வனோடு இணைய விரைந்தான்.

வெளிப்பிரகாரத்தின் மூர்க்கம் இல்லாமல் சற்று குளுமையான நிழலும் விருப்பத்திற்குரிய லேசான துர்நாற்றமும் கலந்த பாதை. வரிசை யாகப் பீடமேற்றிருந்த சிலைகள் எல்லாவற்றின்மீதும் எண்ணெய்ப் பளபளப்பு - பிசுக்கம். அடர்நிறப் பட்டுத் துணிகள் உடுத்தியிருந்தன சிலைகள். ஒரு சிற்பத்தின் முன் நின்று குனிந்து பார்த்தார் பரமேஸ்வரன். அதைச் சுற்றிலும் கவனித்து ரமணனுக்குக் கட்டளையிட்டார்.

''சிற்பங்களுக்கெல்லாம் உடுப்பு போர்த்திருப்பதுதான் தடங்கலாக இருக்கிறது. இதை முன்னும் பின்னுமாக இரண்டு படங்கள் எடுத்துக் கொள்.''

ரமணன் அந்த சிலைக்கு எதிரில் மூன்றடி இடைவிட்டு கால்களை வளைத்து சிலை உயரத்திற்கு நிகராகத் தன் உடலைத் தாழ்த்தி நின்றான். அந்த இடத்தின் ஒளி விகிதத்திற்கேற்ப அப்பர்ச்சரையும் ஷட்டர் வேதக்தையும் திருத்தி - லென்ஸ் முன்னும் பின்னும் நகர்ந்து உருவம் தெளிவான நொடிகளில் - கேமராவைப் பிடித்திருந்த வலது கரத்தின் சுட்டுவிரல் விசையழுந்துவதற்கு முன்பாக - சாந்தப் பொழிவாய்த் ததும்பி விரியலாயிற்று மறுபடியும் அந்த நாதம். இமைக்கக்கூடாத எச்சரிக்கையில் கண் மலர நின்றான் ரமணன். வார்த்தைகளற்ற குரல். தன் நாதத்தில் கைநனைத்து அவன் சிரசில் தெளித்து வசமாக்கிய ஆத்மார்த் தம். மிக அண்மையிலிருந்தும் வெகு தொலைவிலிருந்தும் வருவது போல லயப் பிரிய நாடகமாடியது. அதை நழுவவிடாமல் தொடர்ந்து போனது கவனம். கேமராவைத் தொங்கவிட்டு கண்களை மூடினான். தூண்களையும் சிற்பங்களையும் தொட்டுச் சுற்றி நிழலமைதியிற் கலந்து உட்பிரகாரத்தில் மிதந்த ராகத்தின் முனைகள் பற்றுதலுடன் அவனில் ஏற முயன்று - வழுக்கிப் புறத்தேகி அவனை நடுவாக்கிச் சுழன்று அவனுக் குள்ளிறங்கி நிறைந்தன. நரம்புகளுக்குள் புரியாத போதை.

ரமணன் ஓடித்தொட்டான் பரமேஸ்வரனை. ''கேட்டீர்களா... இப்போது முன்பைவிடத் துல்லியமாகக் கேட்கிறது பாருங்கள். இதைத் தான் நான் சென்னேன். உங்களுக்குக் கேட்கிறதா?'' அவனது பதட்டத்தல் குழப்பமானார். ''எனக்கு எதுவும் கேட்கவில்லை நண்பனே'' ஒருவித சுவாரஸ்யம் பிடிபட்டு ''எதைப் போலிருந்தது அந்தக் குரல் -

ஆணினுடையதா பெண்ணினுடையதா...' எனக்கேட்டார்.

"அது யாருடையது போலும் இல்லை ஸார். ஆனால் அது ஒரு குரல் தான். நீங்கள் நம்ப வேண்டும். இப்போது ஒலித்துக் கொண்டிருக்கிறது."

அறியா ரகசியக் கிளைவழிகள் அனேகம் பிரிகிற பெருவழியாக அவனது புலனுக்குப் பட்டது அது. "கோபித்துக் கொள்ளாதீர்கள் தயவு செய்து. இப்போது நான் புகைப்படங்கள் எடுக்க வேண்டிய கட்டாயத்தி லிருப்பதுதான் கவலையளிக்கிறது..." அவன் கையைப் பற்றித்தன்னிடம் இழுத்து அவன் விழிகளைத் துழாவினார் பரமேஸ்வரன்.

"எனக்கு எதுவும் கேட்கவும் இல்லை, உன்னைப் புரியவுமில்லை. தெரிந்தவன் என்று அழைத்து வந்ததற்காக தொல்லைப்படுத்தாதே. இந்தக் கோயிலில் ஏதோ ஒரு இடத்தில் அமைக்கப்பட்டிருக்கும் ஒலி பெருக்கியிலிருந்து வரும் பக்திப் பாடல் ஒழுக்காக அது ஏன் இருக்கக் கூடாது. அல்லது கோயிலில் எங்காவது ஒரு பாட்டுக்காரன் உட்கார்ந்து ஆலோபனை செய்வது இந்தக் கட்டிட அமைப்பால் வேறொரு ஒலித் தன்மையாக மாறி ஏன் விசேடப்பட்டிருக்கக்கூடாது? என்செவிகள் இந்த வயதிலும் பழுதின்றிதான் இருக்கின்றன ரமணா! அவற்றின் கிரகிக்கும் திறனை சந்தேகிக்க நான் தயாராயில்லை... படங்கள் எடுத்துக் கழுவி பிரிண்டுகள் எனக்குக் கிடைத்தபிறகுதான் நம்பிக்கையோடு நான் கருத் தரங்கில் கலந்துகொள்ள சம்மதக் கடிதம் அனுப்ப வேண்டும். உன் விவகாரத்தை இப்படியே விட்டுவிடலாம். நமக்கு நிறைய வேலைகளி ருக்கின்றன."

ரமணன் தலைகுனிந்தான் "ஸார்... தயவு செய்து நீங்கள் அனுமதி யளித்தால் நான் ஒரு தடவை சுற்றிப் பார்த்துவிட்டு வந்து விடுகிறேன்."

பரமேஸ்வரன் சினந்தார். "இந்தக் கோயிலை நீ நிதானமாக சுற்றிப் பார்க்க அரை நாள் ஆகும் - பரவாயில்லையா? உன்னை நான் தடுக்க வில்லை. விருப்பப்படி செய்" கசப்புணர்வும் வெறுப்பும் - தான்கடுமை யாக நடந்து கொள்கிறோமோ எனும் தோன்றலைத் தடுத்தன. "இது பைத்தியக்காரத்தனம் ரமணா... இத்தோடு முடித்துக்கொண்டு திரும்பி விடலாமா? ஊருக்குப் போய் நீ உன் ஸ்டுடியோவிற்குப் போ, நான் வீட்டுக்குப் போகிறேன் - செமினாரும் வேண்டாம், ஒரு மண்ணும் வேண்டாம்" வாசகங்களின் முற்றுப்புள்ளியானது ஒரு பெருமூச்சு.

"மன்னிக்க வேண்டும் ஸார்..." முன்பு எடுக்கத் தவறிய சிலையிடம் சென்றான். அவன் முகம் எழில் கூடியிருப்பதாகச் சந்தேகம் பரமேஸ்வர னுக்கு. உடலசைவிலும் செய்கைப் போக்கிலும் மேன்மை சார்ந்த ஒரு வேறுபாடு தெரிந்தது, ஊர்ஜிதமில்லாமல். ஊரிலிருந்து புறப்படுவதற்கு முன் அவர் அசிங்கப்பட்டு மழிக்க உத்தரவிட்டும் பணிவாக மறுத்து ரமணன் தக்கவைத்துக் கொண்ட குறுந்தாடி தனிச் சோபையில் வசீகரித்தது. அதன் பிறகும் அவர் நோக்கப்படி படங்கள் எடுத்தான்.

113

பிரகாரத்தில் பரமேஸ்வரன் முன்னே செல்ல சில அடிகள் பின்தங்கி அந்த ஓசையில் திளைத்துத் தயங்கிப் பின்தொடர்ந்தான்.

பிரகாரத் தூண் ஒன்றின் மேலாக - பெரிய நிலைக்கண்ணாடி ஒன்று சாய்வாகப் பொருத்தப்பட்டிருப்பதைக் கண்டு பரமேஸ்வரன் நின்றார். சற்று முன்னால் நகர்ந்து நின்று தன் முழு உருவத்தையும் கண்ணாடியில் பார்த்தார்.

''ரமணா... இந்தக் கண்ணாடிமுன் சேர்ந்து நின்று நாம் ஒரு படம் எடுத்துக் கொள்வோமா?'' குதூகலமாகக் கேட்டார். ரமணனை எப்படி யாவது இயல்புக்குக் கொண்டுவந்து வந்த வேலையை முடிக்க வேண்டி யிருந்தது அவருக்கு.

சிற்பங்களைப் படம் எடுத்த பாவத்திலிருந்து எவ்வகையிலும் வித்தியாசப்படாமல் ரமணன் அவரை ஒட்டி நின்று கேமராவை கண்ணாடிக்குத் திருப்பி போகஸ் தெளிவுண்டாக்கினான். பரமேஸ்வரன் முகத்திற்கு ஒரு தீவிரத்தன்மை கொடுக்க நினைத்து துயரத்துடனிருந்தார். கொஞ்சம் சிரித்தபடி இருந்தால் படம் நன்றாக வரும் என்று வேண்டினால் அவர் ஏற்பாராவென்று சந்தேகம். அவன் முகத்தைப் பெருமளவு கேமரா மறைத்திருந்தது. நேர்வசத்திலிருந்த கேமராவை செங்குத்து நிலைக்குப் பிடிக்கையில் அவன் முகத்தின் சரிபாதி விளங்கியது. அலையாக நெற்றி யில் கவிழ்ந்திருந்த தலைமுடியை சீரமைக்க வேண்டிய யோசனையி னூடே இதுவரையில் கேட்டுக் கொண்டிருந்த நாதம் அவன் பிம்ப முகத் தில் மெல்ல ஒடுங்கலாயிற்று. கேமரா க்ளிக்கிடுவதற்காக சுதாரித்துக் காத்திருந்தார் பரமேஸ்வரன். இரண்டு நிமிடங்களுக்கு மேலானபோது துள்ளிப் பிரிந்தார் அவனிடமிருந்து.

''என்ன செய்து கொண்டிருக்கிறாய்?'' கூச்சலில் திடுக்கிட்ட ரமணன் தளர்ச்சியாக அந்தக் கண்ணாடியைக் காட்டினான். ''கண்ணாடிக்குள் - என் பிரதிமுகத்திற்குள் அந்தக் குரல் மறைந்துவிட்டது.'' பரமேஸ்வரன் நட்புடன் அவன் கழுத்துப் பகுதியில் புறங்கை வைத்துப் பார்த்தார். ''ஏதும் காய்ச்சல்போல உணர்கிறாயா? தெளிவாகச் சொல், போய்விட லாம். ஒன்றும் பாதகமில்லை. உன்னால் முடியவில்லை என்றால் என்ன செய்வது.''

சொன்ன பிறகு சொன்ன விஷயத்தோடு உடன்பட முடியவில்லை அவ ரால். தேவையான அளவிற்குப் படங்கள் எடுக்க முடியாமல் போனால் இந்தப் பயணம் முழுக்கவும் விரயம். அவ்வளவும் தண்டச் செலவு. குறிப்புகள் எழுத கையில் வைத்திருந்த நோட்டுப் புத்தகத்தை தோள்பை யிலிட்டு அவன் இடுப்பில் கையணைத்து ஆதரவாக அழைத்துப் போனார்.

நாதம் நழுவிப் போனதில் விக்கித்து மந்தமாயிருந்தான் ரமணன். இவ்வளவு சீக்கிரத்தில் இழந்துவிடச் சம்மதமில்லை. நம்பிக்கையையும்

தாழ்மையையும் பூரணமாகச் சமர்ப்பித்து அதை மீட்பதற்கான நெஞ்சுருக்கம். வேலை நோக்கம் சிதறத் தொடங்கியிருந்தது. அவன் எதையும் படமெடுக்கச் சித்தமாயில்லை என்றாலும் ஒரு விதானச் சித்திரத்தை எடுக்கும்படி பரமேஸ்வரன் சொன்னவுடன் அந்த சித்திரத்தின் நேர் கீழாகத் தரையில் படுத்தான்.

தன்னில்தானே சிக்கி நெளிந்து சுருள்களாகி இலைகளாகவும் பூங்கொடிகளாகவும் விரிந்திருந்த சித்திரம் முழுமையாக வியூபைண்டருக்குள் வசமாகாமல் மீற - கிட்பேக்கிலிருந்து வேறொரு லென்ஸ் எடுத்து கேமரா முகப்பை மாற்றினான். அந்தச் சித்திரத்தைத் தவிர சுற்றியுள்ள கொஞ்சம் வெற்றிடமும் சேர்ந்து கிடைத்தது. போகஸிங் இலக்கில் பளீரிட்டது கோட்டுச் சித்திரம். காவி நிறத்தில் வரையப்பட்டிருந்தது பூக்களும் - இலைகளும் - கொடிகளும் அதே நிறம். எல்லாக்கொடிகளும் மையமான சிறுவட்ட வெண்மையிலிருந்தே பிரிந்தன. அந்த வெண்மை நிச்சயமாக வெண்மைதானாவென்று நிர்ணயிக்க முடியாமலிருந்தது. அது இளநீளமாகவும் பிறகு சாம்பலாகவும் ஆனபோது கொடிகள் பச்சை பிடித்தன. பூக்கள் சிவந்தன. விரித்துக் காயவைக்கப்பட்ட வலையைப் போல அசைந்தன காற்றில்.

பூவிதழ்களின் முனை குவிகின்ற தீச்சிவப்பு அசலான நிறத்தில் பதிவாக அதீத ஆர்வமுற்றான். பழக்கமற்ற கைநடுக்க இடைஞ்சல் தீர நிதானித்திருந்த ரமணனை மீண்டும் போர்த்தித்தழுவியது அந்த நாதம். கேமிராவின் விசையழுத்தியபோது பசுங்கொடிச்சுழல் செங்காவிக்குத் திரும்புவதைப் போலிருந்தது. கேமராவைத் தவிர்த்து வெற்று விழிகளால் பார்த்தான். காவி நிறம்தான் விதானச் சித்திரம். சில எட்டுகளில் பரமேஸ்வரனைத் தாவிச் சமீபித்து - அவரது வலது முன்கையை தன் இரண்டு கரங்களாலும் இறுகப் பற்றிப் பிதற்றினான்.

''அது திரும்பவும் வந்திருக்கிறது! கேளுங்கள். நான் படமெடுக்கும் போது அந்த பூச்சித்திரத்திலிருந்து வந்தது. நீங்கள் விளையாட்டுக்காகப் பொய் சொல்கிறீர்கள் என்று நினைக்கிறேன். இவ்வளவு தெளிவாக அது கேட்கிறதே.''

பரமேஸ்வரன் கையை உதறிப் பிடுங்கிக்கொண்டு நடந்தார். அதற்குப் பிறகு அவர் தேவையற்ற ஒரு வார்த்தையையும் பேசவில்லை. அவனை நேர்கொண்டு பார்ப்பதைத் தவிர்த்தார். அவர் காட்டிய சித்திரங்களையும் - சிற்பங்களையும் நந்தவன முகப்பிலிருந்த அலங்காரத் தூணையும், விழா வாகனங்களையும் மற்றவைகளையும் ரமணன் உற்சாகமாகப் படமெடுத்தான். குரல் அவனோடிருந்தது. கும்மாளித்தது. ஏங்கிப் புரண்டழுது ஓடி வந்து தழுவியது. அதன் சன்ன நகைப்பிலொரு வீர்யம். கழுத்தில் கரங்கள் பிணைத்து மருகி முரண்டியது. ஒலித்தாமரையின் இதழ்த்தள வரிசைகள வரையற்று அதிகரித்து அதன் ஒவ்வொரு இதழும் அவனில் உதிர்ந்தது.

''அவ்வளவுதான்! கர்ப்பகிருக மண்டபத்திற்குள் கேமராவுடன் நுழைய அனுமதியில்லை. இந்தக் கல்வெட்டுக்களை இன்னொரு படம் எடுத்துக்கொண்டால் போதும்.''

அப்போது முன்மாலை. தெப்பக் குளத்தின் நீர்த்தளத்திற்கு முதலாம் படிக்கட்டில் அமர்ந்து ரமணன் கோயிலின் முகப்புக் கோபுரத்தையே வேட்கையுடன் பார்த்துக்கொண்டிருந்தான் வெகுநேரம். புகைத்தபடி பரமேஸ்வரன் சிந்தனையிலிருந்தார். தொடர்ந்து பல மணி நேரம் புகைக்காமலிருந்ததால் ஒன்று தீர்ந்ததும் மற்றொன்றைப் பற்றவைத்தார்.

நேரமாக ஆக நாதம் முன்பைவிடச் செறிவாகத் தழைத்தது; பாவும் இழைப்புளிக்கடியில் பெயர்ந்து சுருள் சுருளாய்க் கவிழ்ந்து அலையலையாய் நீண்டது. ரமணன் முழங்காலில் ஊன்றியிருந்த கைகளில் முகம் புதைத்தான். காவி நிறப் பூக்கொடிகளில் பச்சை ரத்தமாய் ஊர்ந்து செம்பூக்களாய் மலர்ந்த லயத்தின் மையமாக, இளநீலமாகவும் சாம்பலாகவும் இமைத்த வெண்திட்டாகியிருந்தான். தன்னைச் சுற்றிலும் கிளைக்கும் நாதலயத்தின் நளின கம்பீரம் முற்றிலும் வேறானதாக - பிரித்து விளக்க முடியாத வேறானதாக... இருந்தது. அது அவனின் தகுதிக்கிறங்கி வந்து குரல் வடிவில் உறவாடுகிறது. அதன் கருணையில் குன்றி கைகள் நீக்கி முகம் திறக்கையில் - கீழே பச்சைநிறக் குளத்து நீரில் நிலைத்திருந்தன அவனுடைய பிரதியும் பரமேஸ்வரனுடையதும்.

ரமணன் தன் நீர் முகத்தை அசங்காமல் நோக்கியிருந்தான். நாதம் தேய்ந்து தேய்ந்து நீர்ப் பச்சையில் இறங்கிக் கலந்தது. நீர்த் தளத்தில் பெருகிப் பெருகி விரிந்தது. குளம் முழுவதையும் நிர்வகித்த லயம் தூரங்களிலிருந்த மூன்று கரைகளிலிருந்து அதை உரித்து சுருட்டிக் கொண்டு வந்தது. சுருண்டு சேர்ந்ததெல்லாம் ஒன்றன்மேல் ஒன்றாய் மடிந்து ரமணனின் முக பிம்பத்தில் கையலகத் துண்டுக் காகிதம் போலானபோது அவன் துயரக்குறுமுறலாய்க் கூவினான்.

''இதோ, இதோ போய்க் கொண்டிருக்கிறது பாருங்கள்! கேட்கிறதா... பார்க்க முடிகிறதா? அது போய்க்கொண்டிருக்கிறது ஸார், தேய்ந்து தேய்ந்து... ஒரு தடவையாவது கொஞ்சம் கவனித்துக் கேளுங்கள் தயவு செய்து....''

ரமணன் கைகாட்டிய இடத்தில் அவன் முகபிம்பம் கிடந்தது. அதற்குள்ளாக உற்றுப் பார்த்தார் பரமேஸ்வரன். சிகரெட்டைப் படிக்கட்டில் குத்தியணைத்தார். எழுந்து நீருக்குள் ஒருபடி கீழே இறங்க - நீரலைகளின் விசும்பலில் கலைந்து மீண்டும் சேர்ந்த ரமணனின் முகபிம்பத்தில் கைசொருகி எதையோ பறித்து வந்து அவனிடம் காட்டினார். சிறிய மீனொன்று இறந்து கிடந்தது அவர் உள்ளங்கையில்.

ரத்தளி

மாதவன் விடைபெற்றுக் கீழிறங்கத் தொடங்கினான். கதவைத் தாழிட்டார் விஸ்வம். ஜன்னலருகில் வந்து நின்று கீழே பார்த்தார். லிப்ட் பழுதாகியிருந்தது நேற்றிலிருந்து கீழுள்ள நான்கு தளங்களையும் படிகளில் நடந்து கடக்க வேண்டும். கீழ்த்தளத்தின் பிரதான வாயிலில் மாதவன் துள்ளல் நடையுடன் தோன்றப் போவதை கனிவாக எதிர் பார்த்திருந்தார்.

மாதவனுடைய சகலத்திற்கும் பொறுப்பாளியாக ஒரு நல்ல மணப் பெண் கிடைத்துவிட்டால் அவளிடம் முழு நிறைவுடன் இவனை ஒப்படைத்த பிறகு செய்வதற்குப் பிரமாதமான காரியம் ஒன்றுமில்லை. வெகுகாலகமாகத் திட்டமிட்டு - வெறும் திட்டமிடுதலிலேயே விச்ராந்தியை அனுபவித்துக்கொண்டிருந்ததற்கு மாறாக ஊர்சுற்றக் கிளம்பிவிடலாம் எங்காவது, நினைத்த இடத்திற்கு. தூரப் பிரதேசங்களுக்கு...

மாதவனுக்கு வரும் ஜனவரியில் முப்பது வயது முடியப் போகிறது. வீட்டு வேலைகளெல்லாம் அத்துப்படியான மிகவும் பொறுப்பான குலமங்கையைப்போல காலையில் என்ன சமைக்கலாம் என்ற கேள்வியோடு வருகிறான். பச்சாதாபத்தோடு படுக்கையிலிருந்தே பதில் சொல்வார் விஸ்வம் ''ஏதாவது...'' அவர் உடம்பின் உபத்திரவங்களை எல்லாம் அவரைவிடவும் அவன் நன்கறிவான். எந்த நேரத்திற்கு எதைச் சாப்பிட வேண்டும், எது விலக்கப்பட்டது... எது விதிக்கப்பட்டது, நேரம் மாறாமல் எத்துக்கொள்ள வேண்டிய மாத்திரைகள், மருத்துவரிடம் பரிசோதனைக்குச் செல்ல வேண்டிய நாள்...

காலையில் சமையலை முடித்துவிட்டு குளிக்கப்போகும்முன் வந்து சொல்வான். ''இன்னைக்கு நீங்க குளிக்காமலிருக்கிறது ரொம்ப நல்லது. மழை வர்ற மாதிரியிருக்கு... வேட்டியை அவுத்துக் கொடுத்துட்டு வேற மாத்திக்கங்க. துவைச்சிடலாம்'' வெட்கத்தால் உடல் குன்றுகிறது விஸ்வத்திற்கு. அவனை ஏறிட்டுப் பார்த்தபடியே தயங்குகிறார். இருக்கிற உடைகளை நானே துவைத்துக் கொள்கிறேனென்று எத்தனையோ முறை கெஞ்சிப் பார்த்தாயிற்று. அவன் பொருட்படுத்திய தாகத் தெரியவில்லை. துவைப்பதற்கும் சமைப்பதற்கும் ஆள் வைத்துக் கொள்ளலாம் என்கிற அவரது பிரஸ்தாபத்தையும் பதில் சொல்லாமலே முறியடித்துவிடுவான்.

விஸ்வம் படித்து முடித்த புத்தகத்தை நூலகத்தில் சேர்த்து - அவர் விரும்பக் கூடியவைகளை கணித்து எடுத்து வருவதும் - மாதத்திற்கொரு

முறை அவர் பென்ஷன் வாங்குவதற்காக மிகுந்த ஜாக்கிரதையாக அழைத்துப்போய் வருவதும் தொடரத் தொடர அவருக்குச் சலிப்பு கூடுகிறது. அவனுடைய விடுமுறை தினங்களில், அவருக்குப் பிடிக்குமென சங்கீதக் கச்சேரிகள்... ஏதாவது நல்ல திரைப்படங்கள். அங்கெல்லாம் தெரிந்தவர்களைச் சந்திக்கும்போது ''என் அப்பா'' என்று புன்னகையுடன் அறிமுகப்படுத்துகிறான். அவன் அறிமுகப்படுத்திய எல்லாரோடும் பெரியவர் எனும் முறையில் பாந்தமான அன்புடன் கைகுலுக்கியிருக்கிறார் விஸ்வம். அந்தக் கரங்களுக்கிடையில் ஒரு இளம் பெண்ணுடையதாய் எதுவும் நினைவில் சிக்காதது ஆதங்கம்.

அவருடயை தேவைகளெல்லாம் மாதவனின் கருத்தாழ்ந்த கவனத்தைக் கொண்டு நிறைவேறுகின்றன. அவர் தொடர்பானவைகளைப் பேசத் தேவையின்றியே அவனுக்குப் புரிந்துவிடுகின்றன. அவர் நோய்ப்பட்ட நாள் முதலாய் அவரது அசைவுகளிலிருந்து - முகபாவனைகளிலிருந்து ஏராளம் கற்றுக்கொண்டிருக்கிறான். உபயோகமற்ற தகப்பனிடம்இவ்வளவு பிரியம் காட்டுகிற மகன்... இயலாமையின் வேதனை தவிர்க்க முடியாமல் தாழ்த்துகிறது. தன் விருப்பப்படி அதியுற்சாகமாக நிகழ்வுகளுக்கிடையில் சுதந்திரமாகத் திரியக் கூடிய அவனது வாழ்க்கையின்மீது ஒரு ராட்சஸ கிழட்டு பேப்பர் வெயிட்போலத் தான் அழிச்சாட்டியமாக உட்கார்ந்திருப்பதாகக் குமைந்து புத்தகங்களோடு பேசுவதுதான் அவரது தனிமை.

தாய் முகம் தெரியாது போனதால் தகப்பனிடம் அதிகப்படியான பற்றுதல். இன்னமும் அகால இரவில் விழிப்பு வந்து சில நேரங்களில் அவரது படுக்கைக்கருகிலேயே கட்டிலை நகர்த்திப் படுத்துக்கொள்கிறான். விஸ்வத்திடம் லேசான சலனம் தெரிந்தாலும் ''இன்னும் தூங்கலையா? கை கால் ஏதும் பிடிச்சுவிடவா...'' என்பதான மென்குரல் விசாரிப்புகள் விஸ்வம் உறங்கும்வரையில் வெவ்வேறு விதமாகத் தொடர்ந்துகொண்டிருக்கும். இவனுக்கும் நண்பர்களிருக்கிறார்கள். இவன் வயதொத்த அளவிலேயே. பகிரவும் சர்ச்சையிடவும் அனேக விஷயங்கள் பொருளாயிருக்கும்... பெண்களைப் பற்றியும் பேசிக்கொள்வார்கள். மாதவன் பெண்களைப் பற்றி என்ன மாதிரி பேசுவான்? கிண்டலாகவா, வெறுப்புடனா, தாபத்துடனா ''கிழடு ஒழிந்தால்தான் அப்பா எனக்குக் கல்யாணம்... பெண்டாட்டியாக வருகிறவள் இந்த நத்தையைக் கண்டு பயந்து போகமாட்டாளா'' இதற்குச் சிரிப்பார்களாயிருக்கும் நண்பர்கள். ஆனால் மாதவனுக்குப் பெண் சினேகிதிகள் இருப்பார்கள் என்பதே பெரிய சந்தேகம். வினோதமும் புதிருமாய் நீளும் யோசனைப் போக்கு. பெண் பற்றிய அவனது உணர்வுகளை யூகத்தில் தொட முடியாமலிருந்தது. விஸ்வம் இருக்கிற நிலையில் மாதவன் எவளையாவது அழைத்து வந்து ''இவளைக் கல்யாணம் செய்திருக்கிறே''னென்றால் மிகப் பெரிய விடுதலையாயிருக்கும்.

நாளிதழ்களில் மணப்பெண்ணுக்காக ஒரு விளம்பரம் கொடுத்துப் பார்க்கலாமென்று மெதுவாகப் பேச்சுக் கொடுத்தபோது உடனடியாக கருத்துச் சுருங்கி கொடூரங்காட்டிய அவனது முகத்தை நினைத்தால் இப்போதும் சற்று அச்சம். வெளி உறவென்றிருக்கிற மாதவனின் அலுவலக நண்பர்களால் எடுத்துப் போட்டுக்கொண்டு காரியம் செய்வதற்கு முடியலாம் ஒருவேளை.

தயங்கித் தயங்கி நாட்களை நீட்டித்துத் தரும் கோளாறான இதயத்திற்கு மாரடைப்போ அல்லது வேறு ஏதாவது வந்து தீர்ந்து போனால் நல்லது என்று தோன்றிக்கொண்டிருக்கிறது அடிக்கடி. அப்படியானால்தான் அவனுக்கு நல்லவிதமாக ஏதாவது அமையும். இல்லாவிட்டால் தகப்பனைப் பாதுகாப்பதிலும் வேண்டியதைச் செய்து கொடுப்பதிலும் இவனின் இளமை கரைந்துபோகும். சாவுதான் இப்போதைக்குச் சரியானது. பொத்திப் பேணி மரப்பாச்சிப் பொம்மைக்கு சோறூட்டி அது உண்ணாததால் அழுகிற குழந்தையின் நிலைக்குக் கொண்டு வந்திருக்கிறான் மாதவன்.

எதிர்பார்த்தைப்போல கீழ் வாசலிலிருந்து மாதவன் வெளிவந்தான். அவனது ஸ்கூட்டர் அபார்ட்மெண்டின் வெளித் தோட்டத்தைக் கடந்து நெடுஞ்சாலை வாகனங்களோடு கலந்து மறையும்வரை பார்த்துக் கொண்டிருந்தார் விஸ்வம். உச்சியிலிருந்து பார்க்கையில் ஒரு தும்மல் மரங்களையும் வீடுகளையும் சிதறச் செய்துவிடும் போலிருந்தது. மாதவன் திரும்புவதற்கு மாலையாகிவிடும். பிரேம் ஒடிந்த மூக்குக் கண்ணாடியையும் செப்பனிட எடுத்துச் சென்றிருக்கிறான்.

கண்ணாடி இல்லாமல் டெலிவிஷன் பார்ப்பது அனாவசியத் தொல்லை. உருவங்கள் ஒன்றோடொன்று கலந்து குழம்பின. ரிமோட் கண்ட்ரோலை தோன்றியவிதமாக அழுத்தி சேனல்களூடே விளங்காமல் தாவிக் கொண்டிருந்து அலுத்துப்போய் ஈஸிச்சேரில் சாய்ந்தார். கண்ணாடியில்லாமல் தனித்திருப்பது சற்று அபாயமெனப்பட்டது. கண்களின் பழுதுத் தன்மை அதிகரிப்பதாக ஒரு எண்ணம். எல்லாம் தள்ளாமையால்தான்.

அமர்ந்த நிலையிலிருந்தே மேசைக்குக் கை நீட்டி ஆடியோ கேஸட் ஒன்றை எடுத்து முகப்பெழுத்துக்களைப் படிக்க முயன்றார். அதிருப்தியில் சோர்ந்த கண்கள் சில நிமிடங்களுக்கு இமையடைத்துக் கொண்டன. பொருந்திருந்த இடத்தைவிட்டு உள் நகர்ந்தன விழிகள். இரண்டும் ஒருசேர தொண்டை வழவழப்பில் நின்று மிகக் கினத்துச் சுழன்று குடல்வழியே பேரிருளுக்குள் வீழ்ந்தன. கண்களைப் பட்டென்று அகலத்திறந்து தலையை உதறினார் விஸ்வம்.

மூலை முடுக்கு - சுவரில் ஆணியடித்துப் பிடுங்கிய துளை - மேசை - கட்டிலின் கீழ்ப்பகுதி எல்லாவற்றிலுமுள்ள லேசான நிழற்கருமையை

அழிக்கிற வெளிச்சத்திற்கான விருப்பம் மூண்டது. அசந்தால் கவிழ்க்க முனையும் மயக்கத்தினிடையில் சுதாரிப்பாக எழுந்து நின்றார். ஸ்விட்சுகளில் நடுங்கும் விரல்கள் பரவ அதிரடியாகப் பாய்ந்த வெளிச்சம் மாற்றமொன்றுமில்லை, எல்லாம் உள்ளபடியேதான், என்றது. சுற்றியுள்ள பொருட்களை ஒரு தடவை ஊர்ஜிதத்திற்காகப் பார்த்தார். வழக்க விரோதமாக ஒன்றுமில்லையென்ற நிம்மதி பலகீனப் புன்னகையானது. மின்விசிறியை உச்சவேகத்தில் முடுக்கிவிட்டு - வாசற்கதவுகள் தாழிடப்பட்டிருப்பதை சரிபார்த்துக் கொண்டார்.

உபயோகமற்ற குப்பைகளைப் போட்டு வைக்கிற பெரிய அட்டைப் பெட்டியிலிருந்து வெங்காயத் தோல்களும் காகிதத் துண்டுகளும் எழும்பி அலைக்கழிந்தன காற்றில். இதைத் தவிர வீடு வேறு எவற்றாலோ அசுத்தப்பட்டிருப்பதாய் சஞ்சலம். மாதவன் இப்போதெல்லாம் வீட்டை அவ்வளவு சுத்தமாகப் பராமரிப்பதில்லையோ என்று லேசான வருத்தம். பொதுவாக ஒரு தடவை கூட்டிச் சுத்தப்படுத்தினால் பரவாயில்லைதான்.

முதுகுத் தண்டின் மந்தமான வலி குனிந்து பெருக்கும்போது ஓடி விளையாடியது. செயலோடு சேர முடியாத உடற்சங்கடம். குப்பைத் தொட்டியை அருகே இழுத்து வைத்துக்கொண்டார். துடைப்பத்தை மாதவன் கையாள்வதுபோல் அவ்வளவு லாவகமாக இயக்க வரவில்லை. ஆயினும் சுத்தப்படுத்தியாக வேண்டியிருந்தது. ஒரு கையால் இடுப்பைப் பிடித்துக்கொண்டு துடைப்பத்தால் தரையை வருடினார். துடைப்பத்தின் வீச்சில் பட்டு எதுவோ கட்டிலுக்கடியில் அகப்பட்டது நிஜமா என்கிற தெளிவில்லாமல் - கட்டிலுக்கடியில் குனிந்து பார்த்தார்.

மசமசப்புப் புகை நிழலில் தடவித் துழாவிய கையில்பட்டது குழந்தைகள் அணிகிற சின்னஞ்சிறிய ஷூ. நீலுவுடையது. மூன்று வயது பூர்த்தியாகாதபோதே புதைபட்ட நிர்மலாக்குட்டியுடையது. கனமடர்ந்த களைப்பு நாற்காலிக் கால்களின் விஸ்வத்தை சார்த்தியது. காலத்திடமிருந்து இது மட்டும் எப்படித் தப்பித்ததென்ற ஆச்சரியமும் - தொண்டையைக் கமறும் சோகமும் நீராகித் துளிர்த்தன கண்களில்.

''அப்பா.''

''ம்...''

''அப்பா...''

''ம்... சொல்லு...''

''அப்பா...''

''என்னடீ... என்னன்னு சொல்லித் தொலை.''

''போப்பா... நீதான் தூங்கிறியே...''

''சரி தூங்கலை, சொல்லு...''

''ராத்திரியில மரமெல்லாம் எங்கப்பா கூங்கும்...''

''எல்லாம் இருந்த இடத்துலதான் தூங்கும்.''

''போத்திக்கிட்டு கூங்குமா...''

''ம்...''

''நேத்திக்கு எனக்கு பாம்பு படம் நோட்டுல வரஞ்சித்தறியாப்பா...''

''தரேன்...''

''பாம்பு என்னய டிஸ்டர்ப் பண்ணுமாப்பா?''

''பண்ணாது.''

''எங்க மிஸ்ஸுகிட்ட எடுத்துட்டுப் போயி காட்டுனா எங்க மிஸ்ஸக் கடிக்குமா...''

''கடிக்கும் கடிக்கும்.''

''அப்பன்னா எனக்குப் பெரிய பாம்பா வரஞ்சு தர்றியா.''

''சரி...''

''பாம்பு வாயில செவ்ப்பா இருக்கும்ல...''

''ஆமாம்...''

''ஏம்ப்பா ஒன் வாயில கரையா இருக்கு குச்சி தின்னியா... சாக்கலேட் தின்னியா...''

சட்டையோடு சேர்த்து நெஞ்சைத் தேய்த்துவிட்டுக் கொண்டார் விஸ்வம். அணக்கமில்லாமல் வெகுநேரம் அப்படியே உட்கார்ந்திருந் தார் பிறகு ஷூவைக் குப்பைத் தொட்டிக்குள்ளாக எறிந்தார். சந்தேக மில்லாமல் அப்புறப்படுத்த வேண்டியதுதான் இதை... துடைப்பத்துடன் எழுந்து நின்றார்.

டெலிவிஷன் பெட்டிக்குப் பக்கத்தில் சுருட்டிக் கட்டப்பட்டிருந்த பழைய மெத்தைக்குள்ளிருந்து பச்சை நிறத்திலொன்று பதுங்கித் தெரிந் தது. நெருக்கத்தில் தொட்டுணர்ந்தபோதும் அது ஒரு துணி என்பதைத் தவிர மேலாக ஒன்றும் அனுமானிக்க இயலவில்லை. அது மெத்தைச் சுருளோடு பிணைந்து இறுக்கமாகி சுலபத்தில் வெளியெடுக்க முடியாத தாயிருந்தது. தரையில் அமர்ந்து கால்களை மெத்தைமீது வலுவாக ஊன்றி, பிடித்து இழுக்க இழுக்க நினைவுகளைப் பட்டிழைகளாகக் கொண்ட ஒரு பச்சைப் புடவை நீண்டு வந்தது.

அவளிடம் இருப்பதிலேயே மிகவும் கூடுதல் விலையுள்ள புடவை என்பதாகலேயே அதை அடிக்கடி உபயோகப்படுத்தத் தயங்கினாள் சுபத்ரா. மாதவனை வயிற்றில் தாங்கியிருந்த சமயத்தில் காக்கி

நாடாவிலிருந்து ஒரு படுக்கை விரிப்பும் புடவையுமாக வாங்கிவந்தது. அப்போது கர்ப்பமுற்றிருந்தாள். எதற்கெடுத்தாலும் மலங்க மலங்கத் திகைத்து விழிக்கிற சுவாரஸ்யக் கண்களின் பார்வையில் படும்படி இருக்க வேண்டிய நிர்ப்பந்தத்தில் கழிந்தன விஸ்வத்தின் விடுமுறை மாதங்கள். சதாபொழுதிற்குமான அந்தக் கிளர்ச்சி, விமானப் படைபள்ளியில் அவர் வகித்த ஹிந்தி ஆசிரியத் தொழிலிலும் உல்லாசங் கூட்டியது. காதலென்ற சொர்க்கம், மறந்தும் எதிர்பட்டிராத அவருடைய சொந்த உலகின் முதல் உயிர்ப்பே சுபத்ரா வந்த பிறகுதான் துளிர்த்தது. அது... விஸ்வத்திடம் வலுவும் மிடுக்கும் நிலைகொள்ளாமல் பரபரத்துக் கொண்டிருந்த காலம். கொஞ்சம் அதிகாரத்துவமுடைய கனவுகளின் காலம். உருகிக் கரைந்துவிடுவாளோ எனச் சந்தேகிக்கும் விதத்தில்தான் அவளது பேச்சும் பாவனைகளும்.

பூரண இணக்கம் உணர்த்துகிற மௌனத்திலிருந்து வரும் அன்பின் சங்கேதங்களைப் பிரித்தறிந்து விகாசத்தில் உழலும் நாட்களில் போகுமிடமெல்லாம் அவளை மறக்காதிருந்ததைத் தெரிவிக்கும் பொருட்டு வாங்கிக் குவித்தபொருட்களில் மீதியான ஒரே ஒரு புடவை.

இதுவும் அப்புறப்படுத்தப்பட வேண்டியதுதான். ஏக்கம் மிகுந்த முதுமையின் மிகக் குறுகலான எல்லைக்கு அப்பால் நின்று புடவை யௌவனம் பேசுவதை அனுமதிக்க முடியாது. புடவையைக் கைக்கு வந்தபடி சுருட்டி குப்பைக் கூடையில் திணித்து - ஓய்வாக ஈஸி சேரில் சாய்ந்தார்.

வியப்பும் வியர்வையுமாய்ப் பெருகியது. சுத்தத்தின் மீதான கட்டில டங்காத ஆவல் இதைப்போல முன்பு ஒருபோதும் தோன்றியதில்லை. இதுபோதாது. இன்னும் நுட்பமாக இன்னும் சிரத்தையாகச் செய்ய வேண்டும். பழக்கமில்லாததும் - பார்வை போதாததும்தான் குறை. இதுவரை குப்பைகளாகச் சேர்ந்தவைகளை வெளியேற்ற எழுந்தார்.

வாரம் முழுவதும் சேர்ந்த குப்பைகளை மாதவன் எடுத்துப்போய் கீழே எங்கேயோ கொட்டிவிட்டு வருவான். கீழே போய் வருவதற் கெல்லாம் இப்போது சமயமில்லை. இன்னும் ஏராளமாய் இருக்கிறது சுத்தம் செய்யும் வேலை.

மேசையின் மூன்று இழுப்பறைகளில் இருக்கிறவைகளைக் கொட்டிக் கவிழ்த்து வேண்டாதவற்றை அகற்றிச் சீராக்க வேண்டும். காரிய மென்றால் துல்லியமாகச் செய்து முடிக்க வேண்டும். முதல் இரண்டு இழுப்பறைகளிலும் ஏதேதோ புரியாத கடிதங்கள்... கோப்புகள்... வங்கிப் புத்தகமும் ஒரு 100 ரூபாய் கரன்ஸிக் கட்டும். அவற்றில் ஒழுங்குபடுத்துவதற்கு எதுவுமிருப்பதாகத் தெரியவில்லை.

மூன்றாவதைத் திறந்தவுடன் வெளிப்பட்டன விறைத்துப்போன பாதங்கள் இரண்டு. நடுநெஞ்சில் காட்சியறைய திகிலுடன் பின் வாங்கி

னார் விஸ்வம். உடல் கிடுகிடுத்துப் பதறியது. என்ன இது... எங்கிருந்து வந்தது. போலீஸ்... போலீஸைக் கூப்பிடலாமா? ஐயோ, யாராவது வாங்களேன்... அறை தாழ்ந்தாடியது கட்டுமரப் படகைப்போல. அவரது தலைக்கு மிகச் சமீபத்திற்கு வருவதும் சரேலென்று உயர்ந்து மேற்வரை யோடு ஒட்டிக்கொள்வதுமாய் அதிவேகமாக ஓசையுடன் சுழன்றது மின்விசிறி. வினோத துர்நாற்றம் அறையைச் சூழ்ந்தது. கதவைத் திறந்து வெளியே ஓடி தற்காத்துக் கொள்ளும் முயற்சியாக அடியெடுத்து வைத்த வரின் கால்கள் பதைப்புற்று பிசகாக மடங்கித் தரையில் வீழ்ந்தார். ஈஸிச் சேரின் கீழ் விளிம்பில் வலதுகால் பெருவிரல் சிராய்த்து நகம் பெயர்ந்து ரத்தம் ஒழுகியது. முனகலுடன் கட்டை விரலைப் பற்றி அழுத்தி நிமிர்ந்தவரின் கண்களெதிரே மேசை இழுப்பறைக்குள்ளிருந்த இரண்டு பாதங்களில் வலது கால் பெருவிரலில் வடிந்துகொண்டிருந்தது ரத்தம்.

அறையிலிருந்த ஒவ்வொரு பொருளும் அசாதாரணத் தெளிவுடன் புலனாயிற்று இப்போது. கண்ணாடிக்கான எவ்விதத் தேவையுமற்று சுவற்றின் மிக நுண்ணிய பெயிண்ட் தடயங்களைக்கூடப் பார்க்க முடிந்தது.

தன் கோரத்தைப் பகிர்ந்துகொள்ள ஈர்த்த இரண்டு பாதங்களுக்கருகே மண்டியிட்டமர்ந்து உற்றுப் பார்த்திருந்தார். முழு உடலையும் முகத்தை யும் பார்த்தால் சூட்சுமம் விளங்கக்கூடும். இழுப்பறையைப் பற்றி மேலும் இழுத்தார் பயத்தின் நிதான கதியில். அவர் தொடுவதற்கென்று காத்திருந்ததைப்போல மிகச் சுலபமாய் வழுக்கிக்கொண்டு வந்தது இழுப்பறை.

ஒரு சாதாரண மேசை இவ்வளவு நீளமான இழுப்பறையை தன்னுள் அடக்கிக் கொண்டிருக்க சாத்தியமில்லை. நீளமாய் வந்தபடியிருந்தது. நான்கு... ஐந்து... ஆறடிக்கும் மேலாக வந்தது. இழுப்பறைக்குள் முழுது மாகத் தெரிந்த உடலை மலைத்துப் பார்த்தார் விஸ்வம். அவருடையது கை, கால், மார்பு, முகம் எல்லாம் அசலாக அவருடையது. வலதுகால் பெருவிரலில் ரத்தம் இன்னும் வழிந்தபடி. முற்றி வதங்கிநொய்மைப் பட்ட இதே சரீரம். அது விழி மூடிக்கிடந்தது. பாவிகள்... ரொம்பவும் இம்சைப்படுத்தியிருந்தார்கள். மூக்கிலும் குறியிலும் செருகப்பட்டிருந் தன டியூபுகள் - பைகள். இரண்டு கைகளிலும் ஊசியினால் துளைத்த கருப்புப் புள்ளிகள் அம்மைப் புள்ளிகள்போல. அந்தப் புள்ளிகளிலிருந்து நீர் கசிந்தபடியிருந்தது. தளர்ந்த ஜீவனுக்கு இவ்வளவு சித்ரவதை ஆகாது. மஞ்சளும் சிவப்புமாய் சிறுநீர் குழம்பியிருந்த பிளாஸ்டிக் பையை மாற்றக்கூட நேரமில்லாது போய்விட்டது பாவிகளுக்கு. புறங்கை நரம்பில் டிரிப்ஸ் ஏற்றுவதற்குக் குத்தப்பட்ட ஊசி அப்படியே இருந்தது. அளவற்ற பரிவால் சொற்கள் சிதையக் குமுறினார் விஸ்வம். ''அட... எத்தனை நாட்களாக இப்படி அனாதையாகக் கிடக்கிறாய். நான் ஒரு முறைகூடப் பார்த்ததில்லையே... ரொம்ப வலிக்கிறதோ... என்னால்கூட

இந்த நாற்றத்தைப் பொறுத்துக்கொள்ள முடியவில்லை. நீ முன்பே... உன்னை அப்புறப்படுத்துவதைத் தவிர வேறொன்றும் செய்ய முடியாது என்னால்... என் மகன் வருவதற்குள் வீடு முழுவதையும் சுத்தமாக்க வேண்டும்...

ஆவேசத்தோடு உடலில் பிணைத்திருந்த டியூபுகளைப் பிடுங்கினார். மிகக் கனத்த நிர்வாண உடலை தள்ளாடித் தாங்கி குப்பை கூடைக்குள் வைக்கும்போது - தலையும் கைகளும் அடங்காமல் வெளியே நீட்டிக் கொண்டிருந்தன. வாஞ்சையுடன் பக்கத்தில் அமர்ந்து கைகளை உள்ள டக்கி மடித்து வைத்தார். தலையைப் பிடித்து அழுத்துகையில் அவரது இடுப்பு வேஷ்டி ஈரமாகிக் குளிர்ந்தது. குளிர்... அசையவிடாத குளிர்... சுவாசத்தைக்கூடத் தடுக்கிற குளிர்... அந்த உடலைப் போலவே கால்களை மடக்கி தரையில் குளிருக்காகக் குறுகிச் சரிந்தார் விஸ்வம். குளிர் அதிகப்பட்டுக்கொண்டிருந்தது.

அறைக்குள் மின்விசிறி மட்டுமே உயிரோட்டத்துடன் சுழன்றபடி யிருந்தது.

கீழ்த்தளத்தில் ஸ்கூட்டரை நிறுத்தும்போது கண்டெடுத்த பச்சைநிறப் படுக்கை விரிப்பு ஒன்றையும், அவனது ஷுவையும் கையில் வைத்துக் குழப்பமாகப் படியேறி வந்துகொண்டிருந்தான் மாதவன்.

வதைசாட்சி

வானம் பாதி விழிகள் மூடிய கிறக்கத்தின் உபரி வெளிச்சம் தன் வெளிர் சாம்பல் சருமத்திற்குள் சூழலைத் திணித்திருந்தது. சதுரக் காகிதத்தின் ஒரு முனையில் மட்டும் தொட்டு எழுகின்ற சுவாலைபோல அந்தரத்தில் நிலைத்திருந்தது பெருஞ்சுடரின் கூர்மை. ஒளிப் புள்ளிகளைக் கணக்கற்று பிறப்பித்து, மாயைக்குள்ளாக எறிந்துகொண்டிருந்த துளை, அமானுடக் கருவிலிருந்தது. சப்தங்கள் மாய்ந்திருந்தன. அந்த ஜனக் கூட்டத்திற்கு முன்னே நீளும் ராஜபாட்டையின் முடிவில் ஸ்திர இருக்கையிலிருந்தது இலக்கு. தலையசைத்த கட்டளையால் அழைத்தது. எவற்றாலும் வரையறுக்கப்பட்டுவிடாதபடி மாற்றங்கள் தொடர்ந்த முகம். தோற்றங்கள் எதுவாயினும் தனக்குத்தானே செதுக்கிக்கொண்ட ஒரே பாவனை... தாகம். மற்றொன்று, இன்னும் ஒன்று. மீண்டும் உயிர். அதன் ஆயுதத்தின் கால் பகுதியும் உயிர் நிரம்பவில்லை. ஏராளமாய் மீதமிருந்த இடத்திற்காக ஜனக்கூட்டம் அசைந்து முன்னேறியது.

சல லட்சணம் மெழுகிட்ட திரள் முகங்கள் நிதானமாய் நகர்ந்தன. அவற்றின் மருட்சியான முறுவலிப்பு, நிகழும் இறுதிக் கணங்களைப் பற்றிய நிஜத்தில் மனந்திரிந்து போனதை வெளியாக்கிற்று.

அறிந்தது முதல் அனுபவித்த காலத்தின் பழைய செதில்களுள் ஒன்றைத் தேர்ந்து கடைசியாகப் புதுப்பித்துக் கொள்ள விரும்பினார்கள். காலடியில் மிதிபட்ட பிணங்களின் சிதைந்த உறுப்புகள் முயற்சிகளைத் தடுத்தன. தவறித் தோன்றிய ஒன்றிரண்டு நினைவுகளும் அது நடந்த காலத்தின் பரவசத்தை நிரூபிக்கும் வலுவற்றுத் தொய்வடைந்திருந்தன. நிராகரிக்கப்பட்ட தளர்ந்த உடல்கள் தெருவின் உதிரத் தேமல்களின் மேல் கால் படாத கவனத்தோடு சென்றுகொண்டிருந்தன. தப்பிக்கின்ற வாய்ப்பு வைத்திருந்த மற்ற திசைக் கூறுகளை, இலக்கு, புகை நூற்கிற தன் சலந்தியைக் கொண்டு மறைத்திருந்தது புகைத் திரையால். மரணித்துக் கிடந்த உடல்களைக் கடந்து இலக்கடையும் தூரம் வரைதான் இருப்பிலிருந்த வாழ்க்கை. ஒருவர் தீர்த்த கணமே வரிசையின் முடிவு வரையும் அதன் அதிர்வு நீண்டது. முன்னே செல்பவர்களோடு இடித்துக் கொள்ளாமலிருக்க பின்தங்கி நடந்தார்களே தவிர எவருக்கும் தயக்கமில்லை. ஏனெனில் இலக்கின் அழைப்புக் கட்டளையானது, அவர்களின் உணர்வாழத்தில் நின்று, அனுமதிக்கப்பட்ட வழியைச் சுட்டியது.

அவர்களோடுதான், அவர்களில் ஒருவனாக அவர்களைப்போலவே இவனும் நடந்து கொண்டிருந்தான். வழிதவறி இவர்களோடு இணைந்தவன். புதிர்களையும், பயங்கரங்களையும் சுவைக்கக் கற்ற விழிகளில்

தெரிந்தது அனுபவச் சுமை. நேசம் தன் மேன்மையை இவனிடத்திலே இறைஞ்சக் கூடும். இவன் மரம் வரைபவன். பறவைக் கூடுகளின் எளிமையால் நெய்யப்பட்டிருந்தது இவனுடைய ஆன்மா. தொலைவான இருட்கானகங்களின் மரங்களூடாக சலசத்தோடிய காற்று, அவனைத் தேடிக் காணாமல் சலிப்புற்று, ஏகமாய் அருவிச் சாரலோடு கலந்து மலையுச்சிக்குப் போனது. காற்றுப்போக்கில் உராய்ந்து அவன் அண்மைக்காக முனகியது தன் உள்ளீடற்ற உடம்பில் இவன் பெயரை நிறைத்த மூங்கில். சாலைகளின், கட்டிடங்களின் மேலாகப் பறந்து, அவனது வரவுக்காகக் காத்தருந்தன இருப்பிடங்களைக் கைவிட்ட பறவைகள். அவைகளின் பார்வைக்கும், ராஜபாட்டையை மறைத்திருந்தது சிலந்தியின் திரை. மையமிழந்து சோம்பின தாவரங்கள். மரங்களின் ஆராதனைக்கென்ற ஒரே சாதனமாய் தூரிகையிருந்தது. தூரிகையின் இழைக் குச்சங்கள் எப்போது இயக்கப்படுமோ அப்போதெல்லாம் இவனது கித்தான்களில் பெயர்ந்து வாழ்வதற்கு ஆயத்தமாக இருந்தன எல்லாமும்.

அருகில் வந்தவர்களோடு, நட்புத் தன்மையான பேச்சைத் தொடங்குவதற்கும் தடையாயிருந்தன ஒளிப்புள்ளிகள். இறப்பு நோக்கிய ஈர்ப்பு சிந்தனையுள் புகாது கொஞ்ச நேரம்நீடித்தது சுதந்திர உணர்வு. மிக தூரத்தில், கண் தெரியாத இடங்களில் விரியும் மார்களின் வாசனையை, இருப்பிலேயே நுகரும் புலன் மேய்ந்தது பச்சை உதிர வாடையை.

சமரசம் அல்லது உடன்படிக்கை ஏற்பட்டுவிடக் கூடுமென்ற அச்சம் புரிய ஆரம்பித்தது. இவனது ஒரு [illegible] வளர்ப்பு வீட்டை அளித்து அமரத்துவச் செய்திகளின் பிரகடனத்தை முறியடிக்கும். வளையக் கூடாதவனாய்ப் பிறப்பித்திருந்தது இயற்கை. முதன்முதலாக தப்பித்தலின் அவசியம் ஆளுமையற்ற மார்க்கங்களின் பால் உறிஞ்ச முயன்றது. ஒரு சாவு நடந்த அடுத்த வினாடி அனைவருக்கும் ஏற்பட்ட திடுக்கிடல், நடுக்கம் அவனையும் தொற்றியது.

மரம் வரைபவன் நெருங்கிக் கொண்டிருக்கிறான். சமீபத்திலிருக்கிறது இலக்கு. பலி வேட்கையில் விரிந்து மின்னும் விழிகள்... ஒவ்வொருவருக்கும் ஒவ்வொரு விதமான மரணம். சிரம் துண்டிக்கப்பட்டு - அவயங்கள் சிதைக்கப்பட்டு - வெறுமனே நின்ற இடத்திலேயே உயிரற்று விழச் செய்து - நடந்தேறியது. இலக்கு ஒருவனது தொண்டைக்குள் தன் நாவைச் செலுத்த அது நீண்டு உள்ளிறங்கி, குடலையும், பிறவற்றையும் தன் சுழற்சியால் அறுத்தது. மூன்றாவதாகவோ நான்காவது ஆளாகவோ இலக்கின் தீண்டலுக்குட்படப் போகிறான் வரைபவன்.

வேர்களின் விசித்திர முடிச்சுகளையும், மரப்பட்டைப் பிளவுகளிடையே கசிகின்ற திரவத்தையும், கிளைகளின் தேடல் மொழியையும் உள்ளடக்கிய அற்புதங்களின் பட்டியல் கிழிபடப் போவதற்கு முன்னதாக ஒரு முறை நிமிர்ந்ததில் கழன்று விழுந்தது அச்சம். அந்த நிமிடத்தில்

மகிமைக்குப் புறம்பான விஷயங்கள் எல்லாருடைய மனங்களிலிருந்தும் சில நொடிகள் விலகி நின்று திரும்பவும் இணைந்துகொண்டன. இயற்கை நிலைப்பின் ரூபங்களிடமிருந்து உருவகிக்கப்பட்ட தீர்க்க தரிசனமிக்க ஆறுதல், பின் நடப்புகளை மரம் வரைபவனிடம் நிறைத்தது.

ஒவ்வொரு பலி முடிந்தபிறகும் முன்னிலும் அதிகமான சக்தியைக் கொண்டது இலக்கு. அடுத்ததைத் தலையிலிருந்து இடுப்புவரை சரிபாதியாகப் பிளப்பதென்ற முடிவு. மேலோங்கிய ஆயுதம், உயர்ந்த நிலையிலேயே உறைந்தது. இறுகிய கண்ணாடிக் குழம்பாய் இருந்த இலக்கின் சிந்தையுள் புழு ஒன்று ஜனித்து அதன் நெளிவுகளில் ஏற்பட்ட சன்ன விரிசல்கள் எதிர்கின்ற வரைபவனுக்கு யூகமானது. இலக்கு ஆயுதத்தைத் தாழ்த்தியது. இடது கையை உயர்த்தி, விரித்த விரல்களின் முனைகளில் இதுகாறும் சப்தங்களை விழுங்கிக் கொண்டிருந்த ஒளிப்புள்ளிகள் ஒட்டிக்கொண்டன. இப்போதுதான் ஓசை பிறந்தது.

'யார் நீ?'

இவனைப் பற்றியும் இவன் சார்ந்தவைகளைப் பற்றியும் சொல்லத் தகுதியான வார்த்தைகளை ஆராய்ந்து களைப்படைந்தான். சம்பிரதாய மாக்கப்பட்ட வார்த்தைகளின்மீது ஏற்பட்ட அவநம்பிக்கை, வினயமற்ற மோனத்தைக் கொடுத்தது. பதிலுக்கென நீளும் அவகாசத்தை இடை முறித்துச் சொன்னது இலக்கு.

'போகலாம்... வழிபாட்டுக்குரியவர்களை நான் கொல்வதில்லை.'

இவன் புன்னகை அரும்பும் உதடுகளோடு ஏறிட்டுப் பார்த்தான். கண்ணாடிக் குழம்பின் விரிசல்களுக்கிடையில் புழு இப்போது ஆழமான கீறலொன்றை வடித்திருப்பதை விளங்கி, இலக்கைக் கடந்து மெதுவாக நடக்கத் தொடங்கினான். மீண்டும் வெளியில் தவழ்ந்தன ஒளிப் புள்ளிகள். அடுத்த பலியிலிருந்து தெறித்த ரத்தம், வரைபவனின் பிடரியில் பட்டு வழிந்தது.

கவிழ்ந்திருந்த புகை ஓடு பிரிந்து மெதுவாக எல்லாம் துலக்கமாகிக் கொண்டிருந்தபோதுஎதிர்ப்பட்ட முதலாவது குடிசைக்குள் நுழைந்தான். யாருமற்ற உள்ளிடத்தில் புனிதமும், தூய்மையுமான மணம் விரவி இருந்தது. அதன் கவர்ச்சியான மயக்கம் மனித அனுபவங்களுக்கு அப்பாற்பட்ட பேருணர்வை ஊட்டியது. அவயங்களின் இணைப்புக ளெல்லாம் வியப்பின் கணுக்களாகி வரைபவன் நின்று கொண்டிருந்தான். உடன், உடை மடிப்பிலிருந்து உதிர்ந்த ஒளிப்புள்ளி ஒன்றிலிருந்து அதையொத்த பல நூறு புள்ளிகள் பெருகிச் சுழன்றன. குடிசையின்சுவர், கடல் திரவம் போலாகியிருந்தது. குளிர் மென்மையின் நீலநிற ஒளியினூடே புலப்பட்டுக் கொண்டிருந்தது பெண்ணுருவம். தோன்றிக் கொண்டிருக்கையிலேயே அவள் உடல் நெளிவுகளில் அலைந்த யௌவன வசீகரம் அவன் நினைவுகளை முற்றுமாய் ஈர்த்தது. உருவம்

பூர்த்தியாகும் கட்டத்தை நெருங்கிக்கொண்டிருக்கையில் அவள் இமைத்தாள். அந்த மோகனச் சிமிட்டலுக்கு வயப்பட்டு ஓரடி முன் நகர்ந்து அவளை ஏந்திக்கொள்ளத் தயாராயிருந்தான். கடைசியாக புருவமும், உதட்டின் வரிகளும் துல்லியமடைந்த பின்னர் அவள் முழுமையான வடிவெடுத்து அவனது ஆளுகைக்காகத் தன்னைச் சமர்ப்பித்து நின்றாள்.

ஒன்றினது மற்றொன்றின் ஆளுகையென இரு பிழம்புகளின் ஆவேசக் கலப்பில் தோன்றிய சிரேஷ்டக் கிரணங்கள், குடிலெங்கும் தெய்வ சஞ்சாரத்தின் சாந்நித்தியத்தை உணர்த்தின. உடல் அதிர்வுகளில் பூத்தெளிப்பாய் ஆன்மா சிலிர்த்து விழித்தது. முயக்கத் தொடர் அலைகளின் எழுச்சி. உடல்கள் குழைந்தன. இறுகின. நெட்டுயிர்த்தன. பாதாளத்திற்கும் சிகரத்திற்குமான ஊசலாட்டம். வேகமான மூச்சுக்காற்று, மலைகளில் தூர்ந்து கிடந்த நீர்ச்சுனைகளை எழுப்பிப் பொங்கச் செய்தது. கரங்களின் வலுவான ஸ்பரிசத் தேடுதலில் கரை உடைந்து எட்டிய இடத்தில் பாய்ந்தது மகிழ்வு. சூன்யத்தில் நிர்ணயமான வாயில்களிடையில் அடங்கியும், ஆர்ப்பரித்தும் மென்துகிலொன்று இரண்டுடற் கலந்த களிப்பில் மிதந்தது.

பிணை நிறுத்தி புணரச்செய்து போன யதார்த்தம் திரும்புகையில், சொப்பன உலகு தன் அளப்பரிய விரிவைச் சுருக்கி மறையும் தருணம் நெருங்கிக்கொண்டிருந்தபோது, ஏக காலத்தில் பனி உருக தீவிரம் குறைந்தது அக்னியும்.

களைப்படைந்து சயனித்தவளின் விலாப்புறங்களில் சிறகுகள் முளைக்கத் தொடங்கின. சிறகுகள் முழு வளர்ச்சி அடைந்த பின் பிரிந்து போக எத்தனித்த அவளைப் பற்றயிழுத்து இறதியாக இமைகளில் முத்தமிட்டான் மரம் வரைபவன். அவள் இமை ரோமங்களில் சில, இவன் உதடுகளோடு தங்கின. அவளின் குழந்தைச் சுவாச மணத்தை ஆழ நுகர்ந்து இதயத்தில் பத்திரப்படுத்திக்கொண்டபின் குடிலின் கதவைத் திறந்தான். வெளியே முன் பார்த்த எதுவுமின்றி செழிப்பின் ஜீவனோடு சூரியனைக் கலந்து, ஆரவாரமாய்க் குலுங்கி அவனை வரவேற்றது பெருங்கானகம். வனங்களின் சாட்சியானவன் திரும்பவும் காட்டிலேயே தன் உலவுதலைத் தொடங்கினான்... காப்பிலிருந்த அவளின் இமை ரோமங்கள், இலை நரம்புகளின் நுட்பத்தைச் சொல்வதற்கு ஒரு தூரிகை இழையாக உதவக்கூடும்.

4